तुमच्या आमच्यासाठी १०१ गोष्टी

तुमच्या आमच्यासाठी १०१ गोष्टी

कथा ज्या तुमचे मन समृद्ध करतील,

अंतःकरण शुद्ध करतील

आणि आत्म्याची ज्योत प्रज्वलित करतील...

जे. पी. वासवानी

अनुवाद : संकेत लाड

MANJUL

मंजुल पब्लिशिंग हाउस

First published in India by

MANJUL

Manjul Publishing House

Corporate and Editorial Office

• 2nd Floor, Usha Preet Complex, 42 Malviya Nagar, Bhopal 462 003 - India
Email: manjul@manjulindia.com Website: www.manjulindia.com

Sales and Marketing Office

• 7/32, Ground Floor, Ansari Road, Daryaganj, New Delhi 110 002
Email: sales@manjulindia.com

Distribution Centres

Ahmedabad, Bengaluru, Bhopal, Kolkata, Chennai,
Hyderabad, Mumbai, New Delhi, Pune

Marathi translation of *101 Stories For You And Me* by *J. P. Vaswani*

This edition first published in India in 2016

ISBN 978-81-8322-634-9

Translation by Sanket Lad
Marathi edition coordination: TranslationPanacea

Printed and bound in India by Manipal Technologies Ltd., Manipal

प्रस्तावना

कथा या कालातीत, चिरंतन आणि अक्षय असतात. पुराणकाळापासून कथा तरुण व वृद्ध मनांना सारख्याच आकर्षित करत आल्या आहेत. इतर कोणत्याही संवादमाध्यमापेक्षा कथेतून साधला जाणारा परिणाम भिन्न व अद्वितीय आहे. त्यामुळेच मानवतेचे शिक्षण देणाऱ्या मनू, बुद्ध, येशू यांच्यापासून ते महात्मा गांधी, गुरुदेव साधू वासवानी आणि दादा जे. पी. वासवानी यांच्यापर्यंत सर्वांनीच आपले विचार रंजकपणे तरुणांपासून वृद्धांपर्यंत पोहचवण्यासाठी कथांचा आधार घेतला आहे.

या पुस्तकात समाविष्ट करण्यात आलेल्य कथा रंजक व त्याचवेळी बोधपर आहेत. दादा वासवानी यांची अनेक व्याख्याने व लेखनामधून जमवून या १०१ कथा एकत्र करण्यात आल्या आहेत. या कथांमध्ये तुम्हाला श्रद्धा, निश्चय व चिकाटीच्या जोरावर सर्व संकटांवर मात करून यशस्वी झालेले लोक भेटतील. संत, शास्त्रज्ञ, कलावंत यांच्यासोबतच सामान्य माणसांच्या जीवनातील हे प्रसंग तुम्हाला उन्नतीची प्रेरणा देतील, तुम्हाला नवी दृष्टी देतील, तुमच्यामध्ये श्रद्धा व संयम जागवतील आणि दैनंदिन आयुष्यातील आव्हानांचा सामना करण्यासाठी आवश्यक बळ पुरवतील.

दादा जे. पी. वासवानी हे महात्मा, देवमाणूस आहेत. त्यांच्या शब्दांमध्ये जादू आहे. त्यांचा प्रत्येक शब्द, त्यांची नजर, त्यांचे अस्तित्व यांच्या संपर्कात येणाऱ्या प्रत्येकाचे आयुष्य चिंतामुक्त होते, शांतता व आनंदाने भरून जाते. तुम्ही केवळ त्यांना जाणून घेण्याची, त्यांच्यावर प्रेम करण्याची गरज आहे. आणि तुम्ही एकदा सुरुवात केली, की कधीही स्वतःला थांबवू शकणार नाही.

सुंदर चित्रांनी सजवलेले हे मनोरंजक पुस्तक वाचण्यासाठी तुम्हाला

कोणाचीही मनधरणी करावी लागणार नाही. हे पुस्तक वाचताना गंमत वाटते, मनोरंजन होते, कुतूहल वाटते, त्याचबरोबर उत्तेजन मिळते व नीतिमत्ता उंचावते. या पुस्तकातील कथा वाचल्यानंतर तुम्हाला प्रत्येक वेळी खुल्या हवेत श्वास घेतल्याचा अनुभव मिळेल.

यातील प्रत्येक कथेचा स्वतंत्रपणे आस्वाद घ्यायला हवा. कारण यातील प्रत्येक कथा ही सत्याचा आदर्श आहे आणि मानवतेच्या वैश्विक आदर्शाचे मूर्तिमंत शिल्प आहे.

या जादूचा अनुभव घेऊन पाहा!

प्रिया जी. उत्तम
कृष्णा कुमारी
(संग्राहक)

अनुक्रमाणिका

...आणि तराजू स्थिर राहिला

तो **जन्माष्टमीचा पवित्र दिवस** होता – भगवान श्रीकृष्णांचा जन्मदिवस. एका गरीब महिलेने आपल्या तीन उपाशी, भुकेल्या मुलांना जन्माष्टमीची मेजवानी देण्याचे वचन दिले होते. या महिलेचे पती अर्धांगवायूमुळे आजारी होते. ही महिला भगवान श्रीकृष्णांची निस्सीम भक्त होती. जन्माष्टमीच्या दिवशी मुलांना मेजवानी देण्यासाठी भगवान आपल्याला पुरेसे आणि अधिकही अन्न देतील, असा तिला विश्वास होता. या विश्वासानेच ती किराणा मालाच्या दुकानात गेली आणि तिने मेजवानीसाठी आवश्यक धान्य मागितले. हे सामान तिला परवडणार आहे का असं दुकानदाराने विचारल्यावर ती उत्तरली, ''माझे पती अनेक महिन्यांपासून आजारी आहेत. त्यामुळे, खरंतर माझ्याकडे प्रार्थनेशिवाय तुम्हाला देण्यासारखे काहीही नाही.''

तो नास्तिक दुकानदार उपरोधाने महिलेला म्हणाला, ''तुझी प्रार्थना एका कागदावर लिही आणि तो कागद या तराजूच्या एका पारड्यात ठेव. त्यानंतर त्याच्या वजनाइतके धान्य मी तुला देईन.''

महिलेने जराही विचलित न होता आपल्या पदरातून घडी केलेली एक छोटीशी चिठ्ठी काढून त्याला दिली. ''ही माझी प्रार्थना आहे. काल रात्री माझ्या पतीची शुश्रुषा करत असताना मी ती लिहून काढली होती.'' महिला म्हणाली. ''हे भगवान, तूच माझा आश्रयदाता आहेस. उद्याच्या मेजवानीसाठी तूच मला आवश्यक सामान पुरवशील आणि गरजेपेक्षा जास्त पुरवशील. त्यायोगे मी जन्माष्टमीच्या पवित्र दिनी अन्य गरीब मुलांनाही मेजवानी देऊ शकेन'', असे त्या चिठ्ठीमध्ये लिहिले होते.

दुकानदाराने एक नजर त्या चिठ्ठीवर टाकली आणि तो हसला.

''आता पाहू, या चिठ्ठीचे धान्याच्या तुलनेत किती वजन होते ते,'' तो म्हणाला.

आणि त्यानंतरचे दृश्य पाहून तो स्वतःच आश्चर्यचकित झाला. त्याने पिठाची पिशवी दुसऱ्या पारड्यात ठेवली. परंतु, तराजू तसूभरही हलला नाही. त्यानंतर त्याने इतरही अनेक वस्तू त्या पारड्यात भरल्या. मात्र, तराजू अद्यापही स्थिरच होता. अखेर तो गरीब महिलेला म्हणाला, ''आज हे असे का घडतेय, मला समजत नाही. मात्र, मी माझे वचन पाळेन. तुला माझ्या दुकानातून जे काही हवं आहे, ते घेऊन जा. असं वाटतंय की तुझ्या प्रार्थनेचे वजन माझ्या दुकानातील सर्व वस्तूंपेक्षा अधिक आहे.''

त्यानंतरही महिलेने केवळ आवश्यकतेइतक्याच वस्तू त्या दुकानातून घेतल्या. तिने साश्रू नयनांनी दुकानदाराचे आभार मानले आणि आपल्या भक्तांची प्रत्येक गरज पुरवणाऱ्या श्रीकृष्णाचे गोडवे गात ती निघून गेली.

त्यानंतर दुकानदाराला समजले, की त्याचा तराजू त्यावेळी काम करत नव्हता. ''परंतु, नेमका त्याचवेळी तराजूमध्ये बिघाड कसा काय झाला?'' दुकानदाराने हा प्रश्न वारंवार स्वतःला विचारला. ''...आणि त्या महिलेने आपल्याच दुकानात येण्यापूर्वी ती प्रार्थना कशी काय लिहिली?'', याचा विचार करताकरता दुकानदाराचेही हृदयपरिवर्तन झाले आणि तो सुद्धा भगवंताचा भक्त होऊन गेला.

मुल्लांची शिकवण

त्या **दिवशी मुल्ला नसरुद्दिन घराबाहेर** येऊन रस्त्यावर काहीतरी शोधू लागले.

''तुम्ही काय शोधता आहात?'' – लोकांनी त्यांना विचारले.

''माझ्या चाव्या हरवल्या आहेत.'' – मुल्ला म्हणाले.

''कुठे हरवल्या आहेत?'' – लोकांनी पुन्हा प्रश्न केला.

''माझ्या घरामध्ये हरवल्या आहेत.'' – मुल्लांनी सांगितले.

''घरात चाव्या हरवल्या असतील, तर तुम्ही त्या येथे का शोधता आहात?''

''कारण माझ्या घरात अंधार आहे, आणि येथे लख्ख प्रकाश आहे.'' – मुल्लांनी उत्तर दिले.

आपण स्वतःला बाहेरच्या विश्वात शोधत राहतो. परंतु, जोपर्यंत आपण अंतर्मनात डोकावत नाही, तोपर्यंत आपण स्वतःला सापडू शकणार नाही. अंतर्मनात अंधार आहे. तिथे डोकावायला शिका.

देव जिवंत आहे ना?

प्रोटेस्टंट चर्चचे संस्थापक मार्टिन ल्युथर यांना आयुष्यात अनेक चढउतारांना सामोरे जावे लागले. एक दिवस ते अत्यंत निराश असलेले त्यांच्या पत्नीला दिसले. देवाच्या शक्तीवर विश्वास ठेवणारी ती एक बुद्धिवान स्त्री होती. आपल्या पतीला अशा अवस्थेत पाहिल्यानंतर तिने काळी वस्त्रे परिधान केली आणि ती त्यांच्यासमोर उभी राहिली.

''ही काळी वस्त्रे का बरं?'' - ल्युथर यांनी विचारले.

''म्हणजे? त्याचे निधन झाल्याचे तुम्हाला माहीत नाही का?'' - पत्नी शांतपणे म्हणाली.

''कोणाचे निधन झाले?''

''देवाचे!''

''असं काय बोलतेस?'' ल्युथर दटावणीच्या सुरात म्हणाले, ''देवाचे निधन कसे होऊ शकेल?''

पत्नी म्हणाली, ''जर देवाचे निधन झाले नसेल, तर तुम्ही इतके उदास व निराश व्हायचं काय कारण?''

या वाक्याबरोबर ल्युथर यांना आपली चूक उमगली. त्यांच्या चेहऱ्यावर स्मित उमटले आणि ते म्हणाले, ''खरं आहे. निराश होवोत सैतान. मी नाही.''

तुझं घर कोठे आहे?

सूर्य नुकताच मावळतीला गेला होता. आकाशातील काही चांदण्या मावळणाऱ्या दिवसाला निरोप देत होत्या. संपूर्ण वातावरणावरच निरोपाचे भाव दाटले होते.

साधू वासवानी सायंकाळच्या नेहमीच्या फेरफटक्यासाठी निघाले होते. त्यांच्यासोबत आम्ही दोघेजण होतो. ते आमच्याशी या ग्रहताऱ्यांच्या लौकिक जगापलीकडे असणाऱ्या आत्म्याच्या जन्मभूमीविषयी बोलत होते. ते जग सोडून आपण या जगात भटकत राहातो, असे ते सांगत होते. तेवढ्यात दूरून एका लहान मुलाचा आवाज ऐकू आला.

''दादाजी, मला आशीर्वाद द्या.''

साधू वासवानी यांनी त्या मुलाच्या नितळ, तेजस्वी डोळ्यांमध्ये पाहून विचारले, ''बाळा, तुझे घर कोठे आहे?''

मुलगा लगेच म्हणाला, ''दादाजी, माझे घर नाना पेठेमध्ये आहे. माझी आई आजारी आहे. तुम्ही माझ्यासोबत येऊन तिला आशीर्वाद द्याल का?''

''बाळा, आज नाही. पुन्हा कधीतरी मी तुझ्या घरी येईन.'' साधू वासवानी म्हणाले. ''पण मला सांग, नाना पेठेत राहायला येण्यापूर्वी, तुझे घर कोठे होते?''

''नाना पेठेत येण्यापूर्वी आम्ही शिवाजी नगरमध्ये राहात होतो.'' लहान मुलगा म्हणाला.

''...आणि त्यापूर्वी?''

''त्यापूर्वी, दादा आम्ही बडोद्यामध्ये राहायचो.''

''बाळा, बडोद्यापूर्वी तुम्ही कोठे राहायचा?''

“ते तर फाळणीपूर्वीचे दिवस होते, दादाजी. त्या काळी आमचे घर पाकिस्तानच्या सिंध प्रांतातील हैदराबादमध्ये होते. माझा जन्म तेथेच झाला.”

साधू वासवानींनी आपला प्रश्न सोडला नाही. “पण, हैदराबादपूर्वी तुम्ही कोठे राहात होता?”

आता लहान मुलगा कोड्यात पडला. “माहीत नाही, दादाजी. मला आईला विचारावे लागेल.” तो म्हणाला.

साधू वासवानींनी स्मित केले. त्यांच्यासोबत आमच्याही चेहऱ्यावर स्मित झळकले. साधू वासवानी म्हणाले, “आपल्या शाळांमध्ये अनेक आवश्यक गोष्टी शिकवतात. पण, एक महत्त्वाची गोष्ट मात्र शिकवली जात नाही. परवाच, सेंट मीरा शाळेचे मुख्याध्यापक मला भेटले होते. त्यांनी मला त्यांच्या शाळेसाठी एक ब्रीदवाक्य देण्याची विनंती केली. मी असे सुचवले,

‘हे भटक्यांनो, तुम्ही जन्मभूमीच्या शोधात आहात.’

लहान मुले जेव्हा या वाक्याचे पुनःपुन्हा मनन करतील, तेव्हा त्यांच्या निरागस मनामध्ये भटकेपणाच्या आठवणी जागृत होतील. यातील प्रत्येक आठवण ही आत्म्याच्या भटकंतीच्या दिवसांची असेल... आणि या प्रवासातून त्यांच्या मनात शब्द उमटतील, तूच आत्मा आहेस. तू अनंत आहेस आणि तुझी जन्मभूमीही अनादि आहे.”

जनक राजाचे रहस्य

राजा जनक हा आलिशान महालात राहात होता. परंतु, तो कोणतीही वस्तू स्वतःच्या मालकीची मानत नसे. तो त्यागाचे मूर्तिमंत उदाहरण होता. एक दिवस राजाकडे एक संन्यासी आला. या संन्याशानेही जगाचा त्याग करून भगवे वस्त्र परिधान केलेले होते. राजाची इतकी अमाप संपत्ती व वैभव पाहून संन्याशाच्या मनात विचार आला, 'इतक्या ऐश्वर्यात राहणारा हा माणूस, कसा बरे देवाची उपासना करत असेल?'

त्याचवेळी संन्याशाला 'महालाला आग लागली आहे', अशा आरोळ्या ऐकू आल्या. तातडीने संन्याशाने आपले धुवून वाळत घातलेले वस्त्र वाचवण्यासाठी धाव घेतली. तो परत आला, तेव्हा राजा जनक निश्चिंतपणे त्याच जागी बसला होता. संन्याशाने आश्चर्यचकित होऊन त्याला विचारले,

"हे राजा, महालाला आग लागल्याच्या आरोळ्या तू ऐकल्या नाहीस का? इतकी भीषण आग लागली असताना तू काहीच न झाल्याप्रमाणे इथे शांत कसा काय बसू शकतोस?"

जनक राजा शांतपणे उत्तरला, "जे माझे आहे, ते माझ्याजवळ आहे. त्याला कोणतीही आग जाळू शकणार नाही."

राजा जनक हा खरा त्यागमूर्ती होता. खरा त्याग हा तीन गोष्टींच्या अलिप्ततेतून साध्य होतो. १.वस्तू, २.व्यक्ती, ३.स्वत्व. महान जर्मन अध्यात्मिक गुरू माइस्टेर एखार्ट यांनी सांगितल्याप्रमाणे ज्याने तीन गोष्टी मिळवल्या आहेत तोच देवाला प्रिय असतो. यातील पहिली गोष्ट म्हणजे सर्व वस्तूंपासून मुक्ती, दुसरी सर्व आप्तस्वकीयांपासून मुक्ती व तिसरी म्हणजे स्वतःपासूनही मुक्ती होय.

अंध महिलेची श्रद्धा

खूप वर्षांपूर्वी मी एका गावातून जात होतो. त्या वेळी मला एक अतिशय मोडकळीस आलेली झोपडी दिसली. त्या झोपडीमध्ये एक वृद्ध अंध महिला जमिनीवर बसली होती. तिच्याकडे पाहून ती अत्यंत गरीब व आजारी असल्याचे लगेच लक्षात येत होते.

अशा दैन्यावस्थेतही तिच्याजवळ कोणीच नव्हते. मी तिला विचारले, ''माई, तुम्हाला खूप एकटे वाटत असेल ना?''

''अजिबात नाही.''– ती म्हणाली. तिचा तो आवाज अद्याप माझ्या कानात घुमतोय. ''माझे शेजारी माझी खूप काळजी घेतात. मला आवश्यक ते सर्वकाही शेजारी पुरवतात.''

''पण, रात्री या भीषण वादळात आणि बाहेर मुसळधार पाऊस पडत असताना या गळक्या छताखाली तुम्ही कशा काय राहता?'' – मी आश्चर्याने विचारले.

''मला इथे एकटे वाटत नाही. सूर्यप्रकाश असो वा पाऊस, माझे मन सारखेच आनंदी असते. माझ्या गरजा खूप कमी आहेत आणि माझे शेजारी माझ्या सर्व गरजा पुरवतात.'' – तिने सांगितले.

त्या वृद्ध, अंध आणि गरीब महिलेच्या शब्दांत असे काहीतरी होते, ज्यावरून तिच्याकडे आनंदाचे एखादे गुपित रहस्य असावे, असे मला वाटत होते. मी तिच्या आनंदी चेहऱ्याकडे पाहिले. त्यानंतर, मी तिला बरेच प्रश्न विचारले. ती तिचे रहस्य सांगेल, अशी मला आशा होती. अखेर ती म्हणाली, ''माझा प्रियतम, माझा देव सदैव माझ्यासोबत असतो. त्यामुळे मला कधीच एकटे वाटत नाही. जेव्हा रात्र होते आणि सर्वजण झोपी जातात, त्यावेळी मी त्याला बोलावते आणि तो माझ्याजवळ येतो.

तो पावलांचा जराही आवाज न करता येतो. मी त्याच्याशी बोलते. तोही माझ्याशी संवाद साधतो. तो जवळ असताना मला दुसऱ्या कशाचीही गरज भासत नाही. तोच सर्वस्व आहे. तो एकटाच माझे सर्वस्व आहे.''

मी ज्या वेळी तिचे हे सूज्ञ बोल ऐकले, त्या क्षणी मी तिची पायधूळ वेचण्यासाठी वाकलो. माझ्या डोळ्यांमध्ये अश्रू तरारले. भावनांच्या आवेगाने माझा कंठ दाटून आला. देव हा जिचा वास्तव आयुष्यातील सोबती आहे, अशा एका व्यक्तीला आता मी ओळखत होतो.

''जे जे माझ्या भल्यासाठी आहे, ते ते देव मला देतो आणि जे देव देतो ते माझ्या भल्यासाठीच असते.'' ती महिला म्हणाली. ''देवासारखा दुसरा आनंद कोणताही नाही. त्याच्या भक्तीमध्येच आपली मनःशांती आहे. आपण त्याच्याशी अधिकाधिक एकरूप झालो, तर आपली मने अध्यात्मिक आनंदाने भरून जातील.''

ही महिला देवाची खरीखुरी भक्त होती. देवाच्या सहवासातच ती आपले आयुष्य जगत होती. तो कधीच मला सोडून जात नाही. ''एखादे मूल ज्याप्रमाणे आपल्या आईवर विश्वास ठेवते, त्याचप्रमाणे माझा देवावर विश्वास आहे.'', असे तिने सांगितले. त्यामुळेच ती आजार, भीती, वासना, राग या मी-पणाच्या सर्व जाणिवांपासून मुक्त होती. देवाच्या भक्तीमध्येच तिला तिचे घर गवसले होते.

तुमची शस्त्रक्रिया होणार आहे का?

एकदा एका माणसाची शस्त्रक्रिया होणार होती. त्याला भूल देण्यात आली होती, तरीही तो अस्वस्थ होता. एका कनवाळू परिचारिकेने त्याला विचारले, ''तुम्ही थोडेसे अस्वस्थ आहात का?''

''अहो, मला खूप अस्वस्थ वाटतेय.'' त्या माणसाने अस्वस्थपणेच उत्तर दिले.

परिचारिका त्याचा हात आपल्या हातात घेऊन म्हणाली, ''तुम्हाला काळजी करण्याचे काहीच कारण नाही. कारण, लवकरच आम्ही तुम्हाला अधिक निरोगी बनवणार आहोत. त्यामुळे गेली काही वर्षे जे आयुष्य जगत होता, त्यापेक्षा अधिक चांगले आयुष्य भविष्यात जगू शकाल.''

त्या माणसाच्या चेहऱ्यावर एक केविलवाणे स्मित उमटले.

परिचारिका पुढे म्हणाली, ''या शस्त्रक्रियेला सामोरे जाण्याचे दोन मार्ग आहेत. एकतर तुम्ही सदैव मृत्यूची चिंता करू शकता, किंवा आमच्यावर पूर्ण विश्वास ठेवू शकता. आमचा डॉक्टरांचा गट सर्वोत्तम आहे. त्यामुळे तुम्ही चिंता करण्यासारखे काहीच नाही.'' त्यानंतर तिने त्याचा हात घट्ट धरला आणि त्याच्याजवळ हळू आवाजात पुटपुटली, ''विशेषतः शस्त्रक्रियेवेळी मी तुमच्यासोबत आहे. त्यामुळे सर्वकाही नीट होईल, याची मी काळजी घेईन. तुम्ही निश्चिंत राहा.''

तिचे हे शब्द ऐकल्यानंतर त्या माणसाच्या सर्व चिंता मिटल्या. पुढे खरोखरच सर्व काही सुरळीत पार पडले. त्या रुग्णावरील शस्त्रक्रिया यशस्वी झाली आणि तो पूर्णतः रोगमुक्त झाला. त्याचबरोबर त्याने आयुष्यामधीलही एक महत्त्वाचा धडा आत्मसात केला. कोणत्याही परिस्थितीला सामोरे जाण्याचे दोन मार्ग असतात. एकतर वाईटाबाबत चिंता करत राहाणे अथवा चांगल्यावर विश्वास ठेवणे. आपण जेवढी चिंता करतो, तेवढ्याच मनस्वीपणे आपण देवावर श्रद्धा ठेवली, तर आपल्याला कधीच चिंता करण्याची गरज भासणार नाही.

सदैव उघडे दार

टी. **बी. मॅकोले हे काही वर्षांसाठी** एडिनबर्ग येथील महान प्रवचनकार अलेक्झांडर व्हाइट यांचे सहाय्यक म्हणून काम करत होते.

एक दिवस मॅकोले यांना एडिनबर्ग सोडावे लागणार होते. त्यावेळी व्हाइट त्यांना म्हणाले, ''तू आम्हाला सोडून जाण्यापूर्वी मला एक भेट तुला द्यायची आहे. खरंतर ही भेट एखादे चित्र किंवा पुस्तक असू शकली असती. परंतु, चित्र व पुस्तकांची जगात कमतरता नाही. त्यामुळे मी तुला हे द्यायचे ठरवले आहे.''

व्हाइट यांनी आपल्या खिशात हात घातला व एक किल्ली बाहेर काढली. ''ही माझ्या घराची किल्ली आहे. तू कधीही एडिनबर्गमध्ये आलास, तर हे घर वापरू शकतोस.'' – व्हाइट म्हणाले.

व्हाइट यांनी दिलेल्या भेटीमुळे मॅकोले सद्‍गदित झाले. व्हाइट यांनी मॅकोले यांच्यापुढे एक सदैव उघडे दार ठेवले होते.

याचप्रमाणे देवही आपल्यासाठी सदैव उपलब्ध असतो. आपल्यापैकी प्रत्येकजण कधीही देवाच्या घरात पाऊल ठेवू शकतो. त्यासाठी फक्त आपल्याला योग्य किल्ली फिरवण्याची आवश्यकता असते.

तुला किती मांस पाहिजे?

एकदा एक लहान मुलगी साधू वासवानी यांच्याकडे येऊन त्यांना म्हणाली, ''तुमचा उपदेश व तुमची शिकवण मला किती आवडते, हे मी शब्दांत सांगू शकणार नाही. तुम्ही पुनःपुन्हा मांसाहारापासून दूर राहण्याचा उपदेश करता, मांसभक्षण ही हत्या आहे असे सांगता. पण, मी काय करू? मी शाकाहारी होण्याचा खूप प्रयत्न केला. पण, मला ते अन्न खूप बेचव वाटते. त्यामुळे माझी भूक मेली आहे.''

साधू वासवानींनी आम्हाला एक मोठा सुरा घेऊन येण्यास सांगितले. आम्ही सुरा आणून दिल्यानंतर त्यांनी तो आपल्या हातावर ठेवला व त्या मुलीला म्हणाले, ''मुली, सांग तुला किती मांस पाहिजे? माझ्या शरीरातून तेवढे मांस कापून मी तुला देईन. परंतु, मूक व अश्राप प्राण्यांना मारले जाऊ नये, अशी प्रार्थना कर.''

या शब्दांमुळे त्या मुलीचे हृदय हेलावले. तिच्या डोळ्यांतील अश्रू गालांवरून ओघळले. ती म्हणाली, ''मी वचन देते की यापुढे मी कधीही मांसभक्षण करणार नाही. प्राण्यांचे मांस खाण्यापेक्षा मी उपाशी राहाणे पसंत करेन.''

'आपल्यापैकी किती जण या मुलीसोबत उपाशी राहिलो तरी चालेल पण मांसभक्षण करणार नाही', ही प्रतिज्ञा करू शकतील? जे ही प्रतिज्ञा करतील, त्यांना आशीर्वाद मिळतील. प्राणी व पक्षी हे त्यांचे देवदूत बनतील. उलटपक्षी ज्यावेळी आपण मांसभक्षणासाठी प्राण्यांची हत्या करतो, त्या वेळी आपण देवदूतांचा राग ओढवून घेतो. आपण प्राणी-पक्ष्यांची सेवा केली, त्यांना अन्न-पाणी पुरवले, त्यांच्यावर माया केली तर आपल्याला देवदूतांचे आशीर्वाद मिळतात.

पती व पत्नी

एक जोडपे सर्वसंग परित्याग करून तीर्थयात्रेला निघाले होते.

एके दिवशी चालत असताना पती आपल्या पत्नीच्या काहीसा पुढे होता त्या वेळी त्याला जमिनीवर पडलेला एक चकाकता हिरा दिसला. त्याच्या मनात विचार आला की हा हिरा आपल्या पत्नीने पाहिल्यास तिच्या मनात हिऱ्याची इच्छा निर्माण होण्याची शक्यता आहे आणि त्यामुळे तिचे त्यागावरचे लक्ष ढळेल. त्याने तातडीने त्या हिऱ्यावर मूठभर चिखल टाकला.

त्याचे हे काम सुरू असतानाच पत्नी त्याच्याजवळ पोहोचली. तिने तो काय करत आहे, असे विचारले. त्यावर पतीने काहीतरी थातूरमातूर उत्तर दिले. त्या वेळी तिची नजर त्या हिऱ्यावर पडली. क्षणार्धात तिला आपल्या पतीच्या मनात सुरू असलेल्या विचारांचा अंदाज आला.

ती त्याला म्हणाली, ''जर तुम्हाला अद्यापही माती आणि हिऱ्यामध्ये फरक दिसत आहे, तर तुम्ही या जगाचा त्याग कशाला केला?''

सत्कार्य हे परतुनी येते

पोलंडच्या हवाई दलातील वैमानिक रोमन तर्स्की हा जर्मनीवरून उड्डाण करत असताना त्याच्या विमानात काही तांत्रिक बिघाड झाला. त्यामुळे त्याला जर्मन भूमीवर विमान उतरवावे लागले. त्याने ते विमान दुरुस्तीसाठी पाठवले व रात्र काढण्यासाठी तो एका हॉटेलमध्ये राहिला.

दुसऱ्या दिवशी तो हॉटेलच्या आवारात फिरत असताना एक बुटकासा माणूस धावत असताना त्याला येऊन धडकला. रोमन तर्स्कीला राग आला. परंतु, क्षणभरातच त्याची नजर बुटक्या माणसाच्या चेहऱ्याकडे गेली. तो चेहरा भीतीने काळवंडला होता.

''गेस्टापो! गेस्टापो!'' एवढेच शब्द त्या बुटक्या माणसाच्या तोंडातून बाहेर पडले.

जर्मनीच्या गुप्तहेर पोलिस खात्यासाठी गेस्टापो हा शब्द वापरला जातो. गुप्तहेर खाते या माणसाच्या शोधात आहे, हे तर उघड होते. तर्स्कीला लागलीच परिस्थितीचे भान आले आणि त्याने त्या माणसाला आपल्या खोलीत घेऊन पलंगाखाली लपवले. त्यानंतर काही वेळातच पोलिस तेथे आले व त्यांनी तर्स्कीकडे चौकशी केली. परंतु, तर्स्कीला पोलिसांची भाषा समजत नसल्याने ते निघून गेले.

तर्स्की वॉर्साला जाणार होता व त्याने त्या माणसाला आपल्यासोबत नेण्याची तयारी दाखवली. मात्र, वॉर्सा विमानतळावर पोलिस असून ते विमानाची झडती घेतील, त्यामुळे विमान उतरण्यापूर्वी काही काळ त्या माणसाला विमानाबाहेर पडावे लागणार होते. त्याप्रमाणे, तो माणूस तर्स्कीच्या विमानात बसला व विमान उतरण्यापूर्णी एका शेतामध्ये त्याने

उडी टाकली. तस्कींच्या अंदाजानुसार पोलिसांनी उतरल्यानंतर विमानाची तपासणी केलीच!

ही घटना तस्कीं विसरूनही गेला. त्यानंतर काही काळातच दुसऱ्या महायुद्धास तोंड फुटले. जर्मनीने पोलंड ताब्यात घेतले. तस्कीं इंग्लंडला पोहोचला व तेथे रॉयल एअर फोर्स या हवाई दलात रुजू झाला. वीर योद्धा म्हणून त्याची ओळख बनली. शत्रूंची अनेक विमाने पाडल्यानंतर तस्कींच्या विमानावरही हल्ला झाला आणि विमान कोसळले. मदतकार्य पथकाला तस्कीं सापडला, त्यावेळी त्याची प्रकृती अतिशय गंभीर होती. त्याला नजीकच्या रुग्णालयात दाखल करण्यात आले. मात्र, तेथील डॉक्टर त्याच्यावर उपचार करण्यास कचरत होते.

दुसऱ्या दिवशी सर्व वृत्तपत्रांमध्ये तस्कींच्या अपघाताची बातमी प्रसिद्ध झाली. तस्कीं त्या वेळी कोमामध्ये होता. तो शुद्धीवर आला, त्या वेळी एक बुटकासा माणूस त्याच्याकडेच पाहात होता. ''मला ओळखले का?'', त्या माणसाने तस्कींला विचारले. ''ज्याला तुम्ही जर्मनीमध्ये वाचवले होते, मी तोच आहे. तुम्ही कोमात असून तुमची प्रकृती गंभीर असल्याची बातमी आज सकाळी मी वाचली. त्यामुळे मी तातडीने येथे पोहोचलो.'' तो म्हणाला.

''कशासाठी?'' तस्कींने विचारले.

''कारण माझी काही मदत होऊ शकेल, असे मला वाटले. एक सर्वोत्तम मेंदूविकारतज्ज्ञ अशी माझी ओळख आहे. मी येथे येऊन तुमची शस्त्रक्रिया केली. त्यामुळे तुमचे मौल्यवान प्राण वाचू शकले.'' त्या माणसाने उत्तर दिले.

सत्कार्य हे नेहमी परतून तुमच्याकडे येते आणि तुम्ही केलेल्या वाईट गोष्टी मात्र तुमच्याजवळच राहतात, हे किती खरे आहे!!

सत्यकाम

सत्यकाम हा नावाप्रमाणेच सत्यपूजक होता. त्याच्या दैनंदिन जीवनात तो नेहमी सत्याचे पालन करत असे. ''सत्यासाठी मरण पत्करेन!'' असे तो म्हणत असे.

जसा तो मोठा होऊ लागला, तशी त्याची जीवनविषयक सत्य जाणून घेण्याची इच्छा वाढू लागली. आपल्याला सत्याचा मार्ग दाखवू शकणाऱ्या गुरूंच्या शोधात तो निघाला. अखेर त्याचा शोध गौतम ऋषींच्या आश्रमापर्यंत घेऊन गेला.

ऋषींनी त्याला त्याचे व त्याच्या वडिलांचे नाव विचारले. सदा सत्यवचनी सत्यकामाने धैर्याने खरे उत्तर दिले. ''ऋषिवर्य, माझे नाव सत्यकाम आहे. तथापि, माझ्या वडिलांचे नाव मला माहीत नाही. मी एक गणिकेचा पुत्र आहे.''

सत्यकामाच्या सत्यवचनीपणामुळे ऋषी अत्यंत प्रभावित झाले आणि त्याला म्हणाले, ''आजपासून मी तुझा पिता आणि तू माझा मुलगा आहेस. तू या आश्रमात राहू शकतोस. देवाची कृपादृष्टी सदैव तुझ्यावर राहो!''

सत्यकामाने ऋषी गौतम यांच्या *आश्रमात* राहून मोठ्या प्रेमाने व भक्तिभावाने त्यांची सेवा केली. ऋषींच्या शब्दांमधून त्याला दररोज विद्वत्तेचे अमृत आणि जीवनविषयक प्रेरणा मिळत होती.

एक दिवस ऋषींनी सत्यकामाला बोलावून सांगितले, ''वत्सा, माझा आश्रम सोडण्याची तुझी वेळ आली आहे. घनदाट अरण्यात जाऊन तुझी झोपडी बांध. तुझ्यासोबत चारशे गायी व बैल घेऊन जा. त्यांचे व्यवस्थित पालन कर आणि त्यांची संख्या हजारापर्यंत पोहोचल्याशिवाय परतू नकोस.''

त्यानुसार सत्यकाम अरण्यात जातो. तो गायी-बैलांचे पालन करतो, त्यांच्याशी मैत्री करतो आणि त्याचबरोबर वाहणारा वारा आणि सळसळणाऱ्या झाडांशीही त्याची मैत्री होते. गाणारे पक्षी, खळखळणारे झरे, नद्या, खडक, सूर्य, चंद्र, तारे हे सर्व त्याचे मित्र होतात. वसंतात बहरलेली फुले त्याच्याशी बोलतात आणि ताऱ्यांचा शीतल प्रकाश त्याला आशीर्वाद देतो.

सत्यकाम एकटाच राहातो. अरण्याच्या एकांतात तो शांततेचा आवाज ऐकायला शिकतो. त्याला ध्यानधारणेतील सौंदर्य उमगू लागते. तो पुनःपुन्हा हा प्रश्न विचारतो,

मला सांग रे सांग,
नऊ दरवाजांच्या या नगरात
स्तब्ध बसलेला, तू कोण आहेस?

सत्यकाम उगवणाऱ्या आणि मावळत्या सूर्याशी बोलतो. तो ताऱ्यांनी चमचमणाऱ्या आकाशाची खोली निरखतो. तो वर उफाळणाऱ्या ज्वाळांना विचारतो, ''तुम्ही कोठे निघाला आहात? अद्याप न पाहिलेल्या कोणत्या राज्यात?''

चंद्राच्या कला वाढतात आणि रोडावतात. ऋतुंचे चक्र सुरू राहाते. या काळात सत्यकामाजवळच्या गायी आणि बैलांची संख्याही वाढत जाते. सत्यकामाने शांततेचा जणू पुत्र होतो. त्याचे सौंदर्य वाढते, त्याच्यातील नम्रता वाढते. त्याची देवावरील आणि देवनिर्मित सृष्टीवरील प्रेम वाढीस लागते. मात्र, त्याचा प्रश्न तसाच राहातो. ''या नऊ दरवाजांच्या नगरामध्ये वसलेला तू कोण आहेस?''

सत्यकामाला समजते की त्याच्या या प्रश्नाचे उत्तर तर्काने मिळत नाही. ज्या वेळी तो ईश्वराशी एकरूप होईल, त्याचवेळी त्याला याचे खरे उत्तर मिळेल. हे समजल्यानंतर तो स्वतःला सर्वप्रकारच्या मानसिक ताणतणावांपासून, विचाराच्या विचारापासूनही मुक्त करतो. सत्यदेवता आणि प्रेमदेवतेपुढे तो स्वतःला पूर्णतः समर्पित करतो. ''तुम्ही माझ्याबाबत काहीही करू शकता.'' असं म्हणून सत्यकाम ईश्वराच्या प्रेमसागरात बुडून जातो. 'ईश्वरा, हे ईश्वरा' ही त्याची नित्याची प्रार्थना बनली.

एके दिवशी अचानक वीज चमकावी तसा त्याला साक्षात्कार होतो की प्रत्येक कण अन् कण हा ईश्वराने भरलेला असून यत्र, तत्र, सर्वत्र ईश्वराचा निवास आहे. असा वाळूचा कोणताही कण नाही आणि असा धातूचा कोणताही अणू नाही की ज्यामध्ये ईश्वर नाही. सत्यकामाकडे सौम्य नजरेने पाहणाऱ्या गायी आणि त्याच्या भोवताली फुललेली फुले यांच्याशी असलेली त्याची एकात्मता त्याच्या लक्षात येते. त्याच्या संवेदना विस्तारत जातात आणि अखिल सृष्टीशी तो एकरूप होतो. पक्षी आणि प्राणी, रोपं आणि वृक्ष, वाळू आणि खडक, वाहणारी नदी आणि वाहणारा सुगंध, प्रकाशाचा प्रत्येक किरण या चराचरातील प्रत्येक गोष्टीशी सत्यकाम एकरूप होतो.

सत्यकामाला त्याच्या प्रश्नाचे उत्तर मिळते. तो आपले पशू मोजतो, तर बरोबर एक हजार गायी व बैल झालेले असतात. आनंदाने तो ऋषींच्या आश्रमात परततो. ऋषी त्याच्याकडे पाहातात. त्याच्या नजरेतील चमक आणि मानवता व प्रेमार्द्रतेने तेजःपुंज झालेला त्याचा चेहरा ऋषीं पाहातात आणि म्हणतात, ''सत्यकामा, तू धन्य आहेस. सृष्टीचे रहस्य तुझ्यासमोर उलगडलेले आहे. युगायुगांचे रहस्य तुला समजले आहे. त्यामुळे आता तुला आणखी काहीही जाणून घेण्याची आवश्यकता नाही!''

मगरीचा चावा

सुफी परंपरेतील *दार्विश* ची, म्हणजे संताची ही कथा आहे. हे सुफी दार्विश एके दिवशी नदीमध्ये स्नान करत असताना मगरीने त्यांच्या पायाचा चावा घेतला. त्यांच्या टाचेमधून रक्त वाहू लागले. तशाच अवस्थेत ते पोहत किनाऱ्यापर्यंत पोहोचले आणि तेथे बसून त्यांनी *'शुकर! शुकर!'* हे आभारप्रद शब्द उच्चारले.

हा पूर्ण प्रसंग पाहणारा एक माणूस दार्विशच्या या वागण्यामुळे आश्चर्यचकित झाला. तो त्यांना म्हणाला, ''मगरीने चावा घेतल्यानंतरही तुम्ही *'शुकर!'* कसे काय म्हणू शकता? तुम्ही कशाबद्दल इतके आभारी आहात?''

दार्विशनी शांतपणे उत्तर दिले, ''मी मगरीच्या भक्ष्यस्थानी पडलो. परंतु, मी पापाच्या भक्ष्यस्थानी पडलो नाही, याबद्दल मी देवाचा आभारी आहे.''

दार्विश हे खरोखरच श्रद्धाळू होते.

सैलावलेले धनुष्य

एक दिवस इसाप लहान मुलांसोबत खेळत होता. त्यांच्यासोबत हसत, खिदळत होता. तेथून जाणाऱ्या एका नास्तिक माणसाने हे पाहिले. एक प्रौढ गृहस्थ लहान मुलांसोबत खेळण्यात वेळ वाया घालवावा याबद्दल त्याने आश्चर्य व्यक्त केले.

त्याला उत्तर देण्यासाठी इसापने जवळचंच एक धनुष्य उचलले आणि त्याची प्रत्यंचा सोडून ते जमिनीवर ठेवून दिले. मग तो त्या माणसाला म्हणाला, ‘‘हे विद्वान माणसा, मला या प्रत्यंचा सोडवलेल्या धनुष्याचा अर्थ सांगू शकशील काय?’’

तो मनुष्य गोंधळला. त्याला काही केल्या योग्य उत्तर सुचेना. अखेर त्याने हार मान्य केली. ‘‘मला हे कोडे सुटलेले नाही. तूच याचा अर्थ सांग.’’ तो इसापला म्हणाला.

इसाप उत्तरला, ‘‘जर धनुष्य कायम ताणलेले राहिले, तर त्याची लवचिकता संपून जाते. त्याला काही काळासाठी ताणमुक्त केले, तर ते पुन्हा वापरण्यासाठी अधिक योग्य ठरते.’’

धनुष्याप्रमाणे आपण माणसंही सदैव ताणतणावामध्ये नसतो का? आपण स्वतःला ताणापासून दूर ठेवले पाहिजे. त्यामुळे आपण काम करण्यास अधिक सक्षम बनू शकतो. ताणापासून मुक्ती मिळवण्यासाठी आपण प्रत्येक गोष्टीवर अधिकार गाजवण्याऐवजी गोष्टी सोडून देण्याची कला शिकणे गरजेचे आहे.

सैतान धंद्यातून बाहेर पडतो तेव्हा...

ही एक दंतकथा आहे. एके दिवशी सैतानाने धंदा बंद करायचे ठरवले आणि आपली सर्व आयुधे सवलतीच्या दरात विकायला काढली.

ही आयुधे आकर्षकरीत्या मांडण्यात आली होती. त्यामध्ये आत्मकेंद्रीपणा, अहंभाव, वासना, द्वेष, क्रोध, लोभ, असुया, मत्सर, सत्तालालसा इत्यादींचा समावेश होता. तथापि, त्यामध्ये एका आयुधाचा समावेश नव्हता. भरपूर किंमत मिळाल्याशिवाय ते आयुध देण्याची सैतानाची इच्छा नव्हती.

कोणीतरी त्याला विचारले, ''असे कोणते आयुध आहे?''

सैतानाने उत्तर दिले, ''नाउमेद आणि निराशा हेच ते आयुध होय.''

''त्याची किंमत इतकी जास्त का?'' पुन्हा प्रश्न आला.

''कारण ते माझ्यासाठी सर्वांत उपयुक्त ठरणारे आयुध आहे. जेव्हा इतर कोणतेही आयुध काम करत नसेल, तेव्हा या एकट्या आयुधाच्या आधारे मी माणसाच्या हृदयात प्रवेश मिळवून माझे काम साधतो. एकदा का मी माणसाला निराशेच्या गर्तेत लोटले, तर त्यानंतर मी त्याला माझ्या इच्छेप्रमाणे वागवू शकतो. जवळपास प्रत्येक व्यक्तीवर मी या आयुधाचा प्रयोग करून पाहिला आहे. त्यामुळेच त्याची किंमत इतकी जास्त आहे.''

कोणीतरी खरंच म्हटलंय की सैतानाच्या दोन युक्त्या फार प्रसिद्ध आहेत. पहिली म्हणजे माणसाला निराश करणे. माणूस निराशेच्या गर्तेत असताना काही काळापुरता तरी इतरांसाठी निरुपयोगी ठरतो. दुसरी म्हणजे पराभूतपणाची भावना. पराभूतपणाच्या भावनेमुळे आपण स्वतःवर शंका घेऊ लागतो, आपला आत्मविश्वास ढळतो आणि आपल्याला परमेश्वराशी जोडणारी श्रद्धेची साखळी तुटते. त्यामुळे सैतानाच्या या दोन युक्त्यांना बळी न पडण्याची सावधानता प्रत्येकाने बाळगली पाहिजे.

मृत्यूला न घाबरणारी मुलगी

फ्रान्समधील एका रुग्णालयात मृत्यू जवळ आलेले दोन रुग्ण होते. त्यापैकी एक होते, जगप्रसिद्ध साहित्यिक व्हॉल्टेयर. ते त्यांच्या रुग्णशय्येवर पडले होते आणि डॉक्टर व परिचारिका त्यांची शक्य ती सर्व शुश्रुषा करत होते. तरीही व्हॉल्टेयर यांच्या चेहऱ्यावर यातना दिसत होत्या. ''आता माझे काय होणार? मला आता पुढे केवळ अंधःकार दिसतो आहे.'' असा त्यांचा आक्रोश सदैव सुरू असे. व्हॉल्टेयर यांनी अनेक पुस्तके लिहिली. परंतु, त्यांना देवाशी प्रेम व भक्तीचा दुवा साधता आला नव्हता. मृत्यूच्या क्षणी त्यांना एकुटवाणे व हरवल्यासारखे वाटत होते.

त्याच रुग्णालयातील दुसऱ्या एका खोलीत एक लहानशी मुलगी होती. तिचे वय अवघे बारा वर्षे होते. तिचाही मृत्यू जवळ आला होता. परंतु, ती आनंदी आणि शांत होती. तिच्या चेहऱ्यावर स्मित झळकत होते. या मुलीची खंबीरता आणि त्याच वेळी पलीकडच्या खोलीतील व्हॉल्टेयर यांना वाटणारी भीती याचा विचार केल्यास डॉक्टर व परिचारिकांना आश्चर्य वाटे. ते तिला म्हणत, ''बेटा, काही दिवसांतच तुझे निधन होणार आहे आणि तरीही तू हसते आहेस. तुला मृत्यूची भीती नाही वाटत?''

त्यावर ती लहान मुलगी निरागसपणे सांगे, ''मी मृत्यूला कशाकरता घाबरू? माझा प्रिय येशू येथे माझ्यासमोर उभा आहे आणि बाहू पसरून माझे स्वागत करत आहे. तो मला स्वतःजवळ बोलावत आहे.''

त्या लहानशा मुलीने येशूशी प्रेम आणि भक्तीमार्गाने दुवा साधला होता. त्यामुळेच ती मृत्यूला घाबरत नव्हती. मृत्यूसमयीही तिच्या ओठांवर गीत होते,

''माझा प्रिय येशू जवळच आहे.

त्यामुळे मला भीती नाही वाटत.

त्याच्या मिठीत मी विसावले आहे.

यापुढे काय? याचे उत्तर शोधण्यास तो समर्थ आहे.''

तो मला कोठे घेऊन जाईल, हे त्यालाच माहीत. पण, तो जिथे कुठे नेईल तेथेही तो मला स्वतःपासून दूर लोटणार नाही आणि मला तेवढेच हवे आहे. त्याच्यामध्येच माझा आनंद व शांती सामावलेली आहे. ही शांती अवर्णनीय आहे आणि हा आनंद अक्षय आहे.

तू किती श्रीमंत आहेस?

एकदा एका श्रीमंत माणसाने एक *गरीब दार्विशला (संत)* हजार रुपये देऊ केले.

दार्विशने त्या श्रीमंत माणसाला विचारले, ''तू मला हजार रुपये देतो आहेस. तुझ्याकडे स्वतःसाठी किती धन आहे?''

''माझ्याकडे हजारो रुपये आहेत.'' श्रीमंत माणसाने उत्तर दिले.

''तू आणखी पैसे मिळवण्यासाठी प्रयत्न करतोस का?'' *दार्विशने* पुन्हा प्रश्न केला.

''नक्कीच!'' श्रीमंत माणूस म्हणाला.

''मग, मी तुझ्याकडून पैसे नाही घेऊ शकणार.'' *दार्विशने* सांगितले. श्रीमंत माणसाने आपल्याकडून गरीब असणाऱ्यांकडून काही स्वीकारू नये.

''मला समजले नाही.'' – श्रीमंत माणूस म्हणाला.

दार्विशने खुलासा केला. जरी माझ्याजवळ काही नसले, तरी मला कशाचीही इच्छा नाही. तुझ्याकडे खूप काही आहे. मात्र, तुला आणखी मिळवण्याची इच्छा आहे. सहाजिकच ज्याला आणखी इच्छा आहे, तो समाधानी माणसापेक्षा गरीबच असला पाहिजे!

दुष्कृत्य तुमच्यापाशीच राहाते

एक गृहिणी तिच्या कुटुंबियांसाठी चपात्या बनवताना नेहमी एक चपाती जादा बनवत असे. ही जादा चपाती ती घरावरून जाणाऱ्या भुकेल्या वाटसरूंसाठी खिडकीजवळ ठेवत असे. दररोज पाठीला कुबड आलेला एक गरीब माणूस तेथे येऊन ती चपाती घेऊन जाई. चपाती घेताना त्या गृहिणीचे आभार मानण्याऐवजी तो इतकंच म्हणत असे,

''दुष्कृत्य तुमच्यापाशीच राहाते
सत्कृत्य मात्र परतून तुमच्याकडे येते.''

हे असे अनेक दिवस चालले. दररोज तो कुबड आलेला माणूस ठरलेल्या वेळी येई, चपाती घेत असे आणि म्हणे,

''दुष्कृत्य तुमच्यापाशीच राहाते
सत्कृत्य मात्र परतून तुमच्याकडे येते.''

त्याच्या या वाक्याची त्या गृहिणीला चीड येई. या माणसाच्या तोंडून आभारापोटी एक शब्दही येत नाही. नेहमी तो हीच दोन वाक्यं म्हणतो. 'याचा अर्थ काय आहे?' असा विचार ती करत असे.

एक दिवस वैतागून त्या गृहिणीने या कुबड आलेल्या माणसापासून पिच्छा सोडवून घ्यायचे ठरवले. 'मला त्याच्यापासून सुटका करून घेतलीच पाहिजे.' ती स्वतःशी म्हणाली आणि त्यासाठी तिने काय करावे? तिने चक्क त्याच्यासाठी बनवलेल्या चपातीमध्ये विष मिसळले. मात्र, जेव्हा ती चपाती खिडकीजवळ ठेवायला गेली, तेव्हा तिचे हात कापले. 'हे मी काय करणार होते?' ती पुटपुटली आणि तिने लागलीच ती चपाती आगीत फेकून दिली. त्यानंतर, तिने पुन्हा दुसरी चपाती बनवून खिडकीजवळ ठेवली. कुबड आलेला माणूस नेहमीप्रमाणे आला आणि चपाती उचलताना म्हणाला,

''दुष्कृत्य तुमच्यापाशीच राहाते
सत्कृत्य मात्र परतून तुमच्याकडे येते.''

...आणि त्या गृहिणीच्या मनात सुरू असलेल्या द्वंद्वापासून अनभिज्ञ असलेला तो माणूस समाधानाने तेथून निघून गेला. दरदिवशी ती गृहिणी खिडकीजवळ चपाती ठेवताना आपल्या मुलाच्या खुशालीसाठी प्रार्थना करत असे. तिचा मुलगा दूरवरच्या प्रदेशात गेला होता. गेले अनेक महिने तिला त्याची काहीच खबर मिळाली नव्हती. तो सुखरूप परतावा, यासाठी तिची प्रार्थना सुरू होती.

त्या संध्याकाळी तिच्या दारावर ठकठक झाली. तिने दार उघडले, तेव्हा समोर तिचा मुलगा उभा होता. तिचा मुलगा अंगाने कृश झाला होता आणि त्याचे कपडे फाटलेले होते. तो उपाशी आणि अशक्त दिसत होता. आपल्या आईला पाहताच तो म्हणाला, ''आई, मी इथवर पोहोचलो हे आश्चर्यच आहे. येथून एक मैल दूर असताना मी भुकेने भोवळ येऊन पडलो. त्या वेळी मी मेलोच असतो, पण एक कुबड आलेला म्हातारा गृहस्थ माझ्याजवळ आला. मी त्याच्याकडे थोडेसे अन्न मागितले आणि त्याने उदारपणाने मला अख्खी चपाती देऊ केली.'' तो म्हणाला, ''मी रोज ही चपाती खातो. परंतु, आज तुझी गरज माझ्यापेक्षा अधिक आहे. त्यामुळे ही चपाती तू घे.''

हे शब्द ऐकल्यानंतर त्या गृहिणीचा चेहरा पांढराफटक पडला. ती कशीबशी दरवाजाचा आधार घेऊन उभी राहिली. तिला सकाळी तिने विष घालून बनवलेली चपाती आठवली. तिने ती चपाती वेळीच आगीत फेकली नसती, तर आज तिच्या मुलाला प्राण गमवावे लागले असते आणि तिने आपल्या पोटचा मुलगा गमावला असता. त्या वेळी तिला त्या कुबड आलेल्या माणसाच्या वाक्यांचा अर्थ समजला.

''दुष्कृत्य तुमच्यापाशीच राहाते
सत्कृत्य मात्र परतून तुमच्याकडे येते.''

बूमरँग

एका लहान मुलाला प्रतिध्वनी काय तो माहीत नव्हता. त्याने एकदा दरीत आरोळी ठोकली, ''कोण आहे रे तिकडे?'' आणि दरीतून प्रतिध्वनी आला, 'कोण आहे रे तिकडे?'

त्या मुलाला दरीतून शब्द कोणी उच्चारले ते कळेना.

त्याने पुन्हा विचारले, ''तू कोण आहेस?'' तोच दरीतून पुन्हा आवाज आला, 'तू कोण आहेस?'

मुलाला वाटले, कोणीतरी त्याची थट्टा करत आहे. तो ओरडला, ''थांबतोस की नाही?'' त्याला पुन्हा ऐकू आले, 'थांबतोस की नाही?'

आता मात्र मुलगा वैतागला. त्याने जोरजोरात अपशब्द उच्चारण्यास सुरुवात केली. मात्र, हे अपशब्दसुद्धा त्याला पुन्हा ऐकू आले.

त्या वेळी त्याच्या आईने त्याला प्रतिध्वनीचा अर्थ समजावून सांगितला. त्याला कोणीही चिडवत नसून त्याचाच आवाज त्याला पुन्हा ऐकू येत असल्याचे तिने सांगितले.

मग, मुलगा मोठ्याने म्हणाला, ''मी तुझ्यावर प्रेम करतो.'' दरीतूनही शब्द ऐकू आले, 'मी तुझ्यावर प्रेम करतो.'

मुलगा पुन्हा म्हणाला, ''तू खूप चांगला आहेस.'' ते शब्दही त्याला पुन्हा ऐकू आले. आता तो मुलगा आनंदला.

आपण जगाला जसे देतो, तसेच जगाकडून आपल्याला मिळते. त्यामुळे आपण जगाला प्रेम, दया, मदत, करुणा, सेवा हे गुण दिले पाहिजेत. त्यामुळे जगाकडूनही आपल्याला हेच गुण मिळतील आणि त्यामुळे आपल्याला जगातील प्रत्येक वादळामध्ये दीपस्तंभाप्रमाणे खंबीर उभे राहता येईल.

चुआंग झू यांच्या पत्नीचे निधन झाल्यावर...

चुआंग झू यांच्या पत्नीचे निधन झाले. ही दुःखद बातमी समजताच त्यांचे मित्र हुई झू हे सांत्वनासाठी चुआंग यांच्या घरी पोहोचले. मात्र, तेथे पोहोचताच हुई यांना आश्चर्याचा धक्का बसला. कारण, चुआंग हे गाणे गुणगुणत होते आणि त्यांनी एका उपड्या भांड्यावर ताल धरला होता.

''काय लाजिरवाणी गोष्ट आहे!'' हुई म्हणाले. ''तुमच्या पत्नीचे निधन झाले आहे. ती तुमच्यासाठी स्वयंपाक करत होती. तुम्ही आजारी असताना तुमची शुश्रुषा करत होती. तिने तुमच्या मुलांचे संगोपन केले. तुमच्या सर्व गरजांवर लक्ष ठेवले. तिच्या निधनानंतर तुम्ही दुःख व्यक्त न करणे ही खूप वाईट गोष्ट आहे. पण, तुम्ही तरताल धरत, गाणे गात आहात. ही म्हणजे हद्दच झाली.''

चुआंग यांनी स्मित केले आणि ते म्हणाले, ''ज्या वेळी माझी प्रिय पत्नी मरण पावली, त्या वेळी मला खूप दुःख झाले आणि माझे डोळे अश्रूंनी भरून गेले. परंतु, नंतर मला जाणीव झाली की प्रत्येक सजीव गोष्टीची सुरुवात व शेवट हा ठरलेला आहे. जे कोणी जन्माला येते, त्याचे मरण निश्चित आहे. हा निसर्गाचा सर्वोच्च नियम आहे. एखादी व्यक्ती थकून विश्रांती घेत असेल, तर मोठ्याने आक्रोश करून त्या व्यक्तीला त्रास देणे मूर्खपणाचे नाही काय? माझी प्रिय पत्नी ही चिरविश्रांती घेत असून ती माझी वाट पाहात आहे. मी आरडाओरडा करून तिला का त्रास देऊ? मी असे केले, तर निसर्गाच्या सर्वोच्च नियमाविषयी मला काहीच माहीत नाही, हेच सिद्ध होईल.''

सकारात्मक बाजू

एकदा एका राजाला एक स्वप्न पडले. त्या स्वप्नात आपले सर्व दात पडल्याचे त्याने पाहिले. या स्वप्नाचा अर्थ काय, हे त्याला जाणून घ्यायचे होते. त्यासाठी स्वप्नाचा अर्थ सांगणाऱ्या एका माणसास निरोप धाडण्यात आला. त्याने पुराणग्रंथांचा अभ्यास केला आणि तो राजाला म्हणाला, ''महाराज, हे दुर्दैवी स्वप्न आहे. याचा अर्थ तुमची मुले, पत्नी, आप्तेष्ट या सर्वांचे मृत्यू तुमच्या जीवनकाळात होणार आहेत.''

या उत्तरामुळे राजा खूप निराश झाला. त्याने या माणसाला तुरुंगवासाची शिक्षा सुनावली. त्यानंतर, पुन्हा स्वप्नाचा अर्थ सांगणाऱ्या दुसऱ्या एका माणसास बोलावणे धाडले. त्यानेही पुराणग्रंथ अभ्यासले व तो म्हणाला, ''महाराज, हे तर सर्वांत भाग्यवान स्वप्न आहे. याचा अर्थ तुम्ही तुमच्या सर्व प्रियजनांपेक्षा अधिक काळ जगणार आहात. महाराज दीर्घायू होवोत.''

या उत्तराने राजा खूष झाला. त्याने त्या माणसास भले मोठे बक्षीस जाहीर केले.

प्रत्येक गोष्टीकडे नेहमी सकारात्मक दृष्टिकोनातून पाहावे. त्यामुळे आपण आनंदी राहतो व त्याचबरोबर इतरांनाही आनंद देतो.

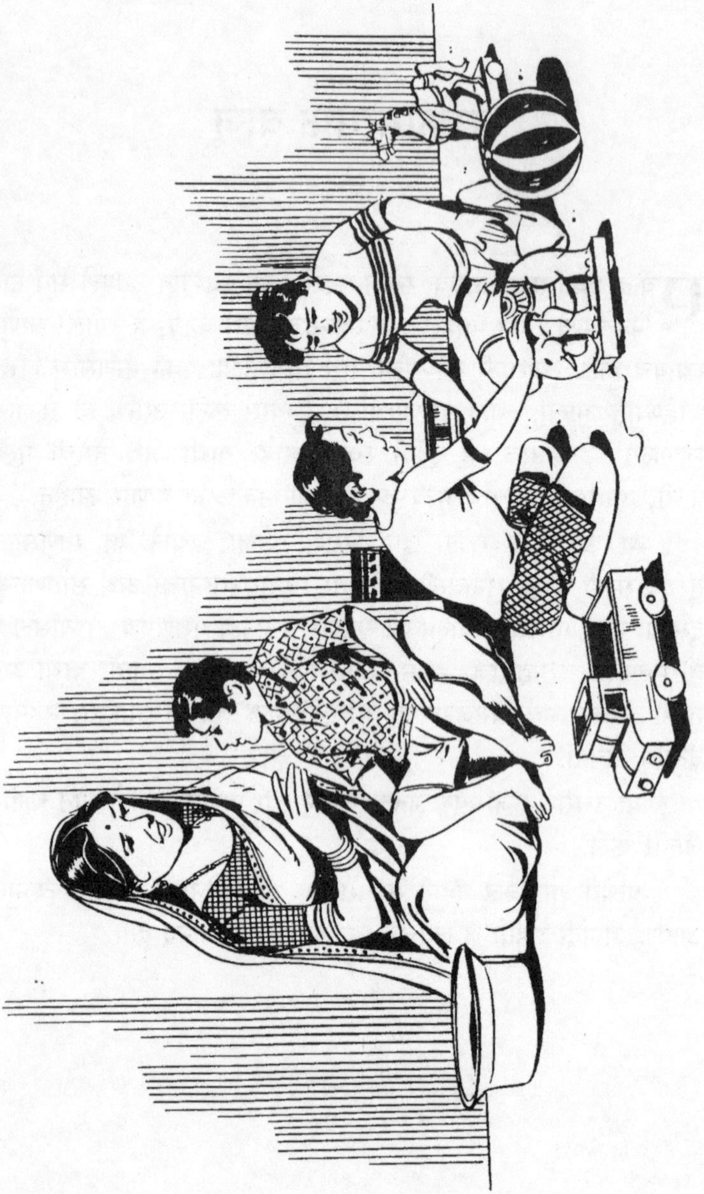

मला तुझी गरज आहे

एका महिलेला खूप मुले होती. ती घरकाम करताना आपल्या मुलांना खेळणी आणि मिठाई देऊन व्यस्त ठेवत असे. त्यामुळे मुले काही काळासाठी शांत बसत. मग अचानक त्यांना आईची आठवण येई आणि ती रडू लागत.

त्या महिलेने मुलांसाठी नवी खेळणी व मिठाई आणली. त्यामुळे, त्यांच्या मनात आईचा विचार येणार नाही, असे तिला वाटले. ही पद्धत तिने अनेकदा अवलंबली. परंतु, एक मूल शांत बसत नव्हते. एक दिवस ते कळवळून म्हणाले, ''आई, मला खेळणी नको. मला तुझी गरज आहे.'' इतके बोलताच त्याच्या डोळ्यांतून अश्रू वाहू लागले आणि ते पुन्हा रडू लागले.

हे ऐकताच आईने तातडीने आपल्या हातातील कामे थांबवली व ती त्याला मांडीवर घेऊन बसली.

देव हासुद्धा सर्वांच्या माऊलीसारखा आहे. तो आपल्याला व्यस्त ठेवण्यासाठी संपत्ती, वस्तूंची मालकी, ऐषोआराम, सामाजिक प्रतिष्ठा, यश, प्रसिद्धी यांसारख्या अनेक गोष्टी देतो ज्यामुळे आपल्याला देवाची गरज भासणार नाही. परंतु, काहीजणांसाठी या सर्व गोष्टी रुचिहीन असतात. त्यांना या गोष्टींमध्ये काहीच स्वारस्य वाटत नाही. त्यांचे मन नेहमी देवदर्शनासाठी आसुसलेले असते. ते पुनःपुन्हा म्हणत असतात, 'मला तुझी गरज आहे!' अशा भक्तांनाच देव आपणहून दर्शन देतो.

खिडक्या स्वच्छ ठेवा

एक म्हातारे गृहस्थ त्यांच्या घरात एकटेच राहात असत. ते नेहमी त्यांच्या शेजारी राहणाऱ्या महिलेकडे तक्रार करायचे की त्यांची दृष्टी क्षीण झाली आहे. त्यामुळे त्यांना खिडकीतून बाहेरचे काही दिसत नाही व ते सृष्टीचे सौंदर्य पाहू शकत नाहीत.

त्या शेजारणीला दिसले, की त्या म्हाताऱ्या गृहस्थांच्या घराच्या त्या खिडक्यांवर धूळ बसली होती, त्या मळल्या होत्या. तिने साबण व पाण्याने त्या खिडक्या धुवून स्वच्छ केल्या. आता म्हाताऱ्या गृहस्थांना खिडक्यांमधून पूर्वीप्रमाणेच दिसू लागले व ते आनंदी झाले. ती महिला त्यांना म्हणाली, ''तुमची दृष्टी क्षीण झाली नव्हती. तुम्ही तुमच्या खिडक्यांवर धूळ बसू दिली.''

त्याचप्रमाणे, आपणही आपल्या मनाच्या खिडक्यांवर धूळ बसू देता कामा नये - देव सदैव आपल्या दृष्टीसमोर राहो आणि आपण जिथे जाऊ तिथे प्रेम आणि सेवेचे दिवे आपल्याकडून उजळू दे.

जीवनाची चार सूत्रे

एका म्हातार्‍या गृहस्थांना आपला अंतकाळ जवळ आल्याचे जाणवले. त्यांनी त्यांच्या मुलांना बोलावून घेतले व ते म्हणाले, ''तुमच्यासाठी सोडून जावी, अशी कोणतीही मालमत्ता माझ्याकडे नाही. परंतु, मी तुम्हाला जीवनाची चार सूत्रे सांगतो. या सूत्रांचे पालन केल्यास तुम्ही जगातील सर्वांत आनंदी व्यक्ती बनू शकता आणि माणसाला काय हवं असतं तर फक्त आनंद.''

''ही चार सूत्रे कोणती होती?''

पहिले म्हणजे, 'लोक काय म्हणतात' याचा विचार करू नका. लोक हे केवळ आपल्या कल्पनेत असतात. आपण काय करतो, हे त्यापेक्षा महत्त्वाचे आहे. तुम्हाला जे योग्य वाटेल तेच करा आणि ते ईश्वराला साक्षी ठेवून करा. 'लोकांना जे म्हणायचेय, ते त्यांना म्हणू दे!' हा विश्वास स्वतःजवळ बाळगा.

दुसरे म्हणजे, भौतिक गोष्टींच्या मागे धावू नका. तुमच्याकडे वस्तूंची मालमत्ता असते, हा तुमचा भ्रम आहे. प्रत्यक्षात वस्तूच तुमच्यावर मालकी गाजवतात. तुमच्याकडे जितकी अधिक मालमत्ता असेल, तितके तुमचे स्वातंत्र्य मर्यादित बनत जाते. त्यामुळे कोणत्याही गोष्टीसाठी तुमच्या स्वातंत्र्याचा त्याग करू नका आणि जसे आयुष्य समोर येईल, तसे जगा.

तिसरे म्हणजे, नेहमी गंभीर गोष्टींकडे सहजपणे पाहा आणि सहज गोष्टींमधील गांभीर्य लक्षात घ्या. आयुष्यात सहज गोष्टीच महत्त्वाच्या असतात.

चौथे आणि अंतिम सूत्र म्हणजे, जितके अधिक हसता येईल, तितके हसा. परंतु, नेहमी इतरांवर हसण्यापूर्वी स्वतःवर हसायला शिका. प्रत्येक व्यक्तीमध्ये काही ना काही हास्यास्पद असते. त्यामुळे स्वतःकडे त्रयस्थपणे पाहा आणि स्वतःमधील दोष व स्वतःच्या अपयशांची जबाबदारी घ्यायला घाबरू नका.

विलंब म्हणजे नकार नाही

श्री रामकृष्ण एके दिवशी दक्षिणेश्वर मंदिराजवळच्या भाताच्या शेतांमधून चालले होते. त्यांच्यासोबत त्यांचे काही अनुयायी होते. श्री रामकृष्ण अनुयायांशी आत्म्याच्या प्रवासाबद्दल बोलत होते. ते अनुयायी म्हणाले, ''हा माणूस आमच्याशी बोलत आहे, तसे कोणीच कधी बोलताना आम्ही ऐकलेले नाही.''

एका अनुयायाने त्यांना विचारले, ''गुरुवर्य, मी गेली अनेक वर्षे ईश्वराची आराधना करत आहे. साश्रू नयनांनी मी अनेकदा देवाचा धावा केला. मी अत्यंत पवित्र आयुष्य जगलेलो आहे. मी नेहमी मित्रांना, तसेच अनोळखी व्यक्तींनाही सर्वतोपरी मदत केली. परंतु ईश्वर अद्यापही माझ्यापासून दूरच आहे. आता माझ्या मनात विचार येतो की ईश्वराची आराधना करण्यात माझा वेळ वाया गेला. मी स्वतःशीच म्हणतो की हे आयुष्य माझ्यासाठी नव्हते.''

श्री रामकृष्ण यांच्या चेहऱ्यावर स्मित झळकले. जवळच्याच शेतात जमिनीची मशागत करणाऱ्या शेतकऱ्यांकडे निर्देश करून ते म्हणाले, ''शेतकऱ्यांचे दोन प्रकार असतात. पहिले हे जन्मतःच शेतकरी असतात. कारण त्यांच्या पूर्वजांनीही शेतीच केलेली असते. त्यामुळे वर्षानुवर्षे पाऊस झाला नाही आणि जमिनीतून पीक उगवले नाही, तरी ते मशागत करणे सुरूच ठेवतात. दुष्काळ येवो वा पूर, ते आपले मशागतीचे व्रत कधी सोडत नाहीत. ते आपल्या शेतांना नापीक बनू देत नाहीत.''

''दुसऱ्या प्रकारचे शेतकरी असतात, त्यांनी शेतीउद्योग हा केवळ नफा कमावण्यासाठी स्वीकारलेला असतो. त्यामुळे एका मोसमात जरी दुष्काळ पडला, तरी ते निराश होतात.''

श्री रामकृष्ण पुढे म्हणाले, ''ईश्वराचा खरा भक्त हा कधीही भक्तीमार्ग सोडत नाही. त्याला देवाने एकदाही दर्शन दिले नाही, तरी तो नेहमी ईश्वराचे नामस्मरण करत राहातो, त्याची स्तवने गात राहतो, त्याच्यासाठी अश्रू ढाळत राहातो.''

दुसऱ्या एका प्रसंगी श्री रामकृष्ण म्हणाले, ''मोत्यांच्या शोधात समुद्रात अनेकदा खोल जावे लागते. प्रत्येक वेळी हाती काहीच लागले नाही, तरी निराश होऊन चालत नाही. मोत्यांचा शोध घेणारा पुनःपुन्हा समुद्रात जातो. कारण, त्याला विश्वास असतो की एक दिवस त्या जे हवे आहे, ते त्याला मिळेल. देवाच्या शोधात केलेली यात्रा ही काहीशी अशीच असते. अनेक महिने भक्तीपथावर चालल्यानंतरही देवाचे दर्शन झाले नाही, तरी निराश व्हायचे नसते. किंबहुना आपलेच प्रयत्न द्विगुणित करून संयमाने वाट पाहायची असते. विलंब म्हणजे नकार नाही, हे सदैव लक्षात ठेवायचे असते. आपल्या खऱ्या भक्तांना देव योग्य वेळी दर्शन देतोच.''

विश्वाला गरज आहे ती प्रेमाची!

एक गरीब म्हातारा माणूस आंब्याची रोपे लावत होता.

कोणीतरी त्याला म्हणाले, "तुम्ही या वयात ही रोपे का लावता आहात? या झाडांची फळे खाण्यासाठी तुम्ही निश्चितच जिवंत राहणार नाही."

म्हाताऱ्या माणसाने शांतपणे उत्तर दिले, "मी आयुष्यात जे आंबे खाल्ले, त्यांची झाडे कोणीतरी दुसऱ्याने लावली होती. त्याप्रमाणेच, मी ही झाडे लावत आहे. त्याची फळे दुसरा कोणीतरी खाईल."

आपण एका अशा सुंदर विश्वामध्ये राहात आहोत, ज्यातील प्रत्येक घटक हा दाता आहे. झाडे देतात, नद्या देतात, जमीन देते, सूर्य, चंद्र देतात आणि तारेही देतात. तरीही माणूस घेण्यासाठी हपापलेला का आहे? प्रत्येक गोष्ट मिळवण्यासाठी, प्रत्येक गोष्ट जमवण्यासाठी, साठवण्यासाठी, माणसाचा प्रयत्न का चाललेला असतो? माणूस आपल्याकडील वाटण्यासाठी प्रयत्न का करत नाही?

प्रत्येकजण, मग तो कितीही गरीब असला तरी, काही ना काही देऊ शकतो. तो नवा विचार देऊ शकतो, तो मधुर शब्द देऊ शकतो, तो प्रसन्न हास्य देऊ शकतो, तो गीत देऊ शकतो, मदतीचा हात देऊ शकतो. एखाद्या विव्हल मनाला शांती मिळण्यासाठी या गोष्टीच उपयुक्त ठरतात. विश्वाला पैशांपेक्षा जास्त गरज प्रेम व सहानुभूतीची आहे.

संयमी पूर्ण

पूर्ण हा बुद्धाचा निस्सीम अनुयायी होता. एक दिवस ध्यानधारणा करत असताना, भगवान बुद्धांचा संदेश श्रोणप्रांतातील आदिवासी लोकांपर्यंत पोहचवला पाहिजे, असा विचार त्याला सुचला. हा विचार मूर्खपणाचा असल्याचे त्याच्या सहकारी भिक्खूंचे मत होते. मात्र, पूर्ण हा श्रद्धाळू आणि निर्भय होता. अंधःकारमय जीवन जगणाऱ्यांसाठी त्याच्या मनात प्रेम आणि करुणा होती.

आपला विचार अमलात आणण्यापूर्वी पूर्ण आशीर्वाद मागण्यासाठी बुद्धाकडे गेला. भगवान बुद्ध त्याला त्याला म्हणाले, ''पूर्णा, तू श्रोणप्रांतातील लोकांना चांगलेच ओळखतोस. ते रानटी आणि हिंसक आहेत. ते सतत एकमेकांना शिवीगाळ करून अपमान करत असतात. ते तुझ्यावर चिडले व त्यांनी तुझा अपमान केला, तर तू काय करशील?''

''गुरुवर्य, तसे वागल्यास ते दयाळू व मैत्रीपूर्ण आहेत, असेच मी मानेन. कारण, त्यांनी माझ्यावर दगड फेकले नाहीत वा मला मारहाण केलेली नाही.'' पूर्णाने उत्तर दिले.

''पण, त्यांनी तुला मारहाण केली वा तुझ्यावर दगडफेक केली तर?''

''तसे झाले, तरी ते दयाळू व मैत्रीपूर्ण आहेत, असेच मी मानेन. कारण, त्यांनी मला ठार मारले नाही.''

''...आणि पूर्णा त्यांनी तुला ठार केले तर?''

''गुरुवर्य, तरीही मी त्यांना दयाळू व मैत्रीपूर्णच म्हणेन. कारण त्यांनी मला या देहाच्या मर्यादेतून मुक्त केले.''

पूर्णाचे हे उत्तर ऐकून बुद्धांना समाधान वाटले. त्यांनी पूर्णाला आशीर्वाद दिले व ते म्हणाले, ''पूर्णा, तुला ऋजुता व संयमाचे वरदान लाभले आहे. तू श्रोणप्रांतातील लोकांमध्ये जाऊन राहू शकतोस. ज्याप्रमाणे तू स्वतः मुक्त आहेस, त्याचप्रमाणे तू त्यांना मुक्तीचा मार्ग दाखव.''

देवाला दयाळू माणसे आवडतात

हुसेन हा जेवणाच्या टेबलाजवळ बसला होता, त्या वेळी एका सेवकाच्या हातातील गरम थाळी चुकून अपघाताने हुसेनच्या गुडघ्यावर पडली.

सेवक घाबरला. तो लागलीच कुराणमधील एक आयत पुटपुटला, ''रागावर ताबा मिळवणाऱ्या व्यक्तीचे स्वर्गातील स्थान निश्चित आहे.''

''पण, मी रागावलेलो नाही'', हुसेन म्हणाला.

''आपल्या बांधवांना क्षमा करणाऱ्यांना स्वर्गात प्रवेश मिळतो'', नोकर पुढे म्हणाला.

''मी तुला क्षमा केली आहे'', हुसेनने नोकराला सांगितले.

नोकराने आयतमधील अखेरची ओळ पूर्ण केली. ''देवाला दयाळू माणसे आवडतात.'' त्यावर हुसेनने उत्तर दिले. ''मी तुला मुक्त करतो. तू यापुढे गुलाम नाहीस. मी तुला चांदीच्या शंभर मोहरा देत आहे.''

मौल्यवान खजिना

संत फ्रान्सिस हे आजारपणामुळे अंथरुणाला खिळले आहेत. आजारपण व वेदनांमुळे त्यांचे शरीर जर्जर झाले आहे. त्यांचा हा आजार बरा होणारा नाही.

एका जवळचा माणूस फ्रान्सिस यांना विचारतो. ''गुरुवर्य, तुमचे आजारपण व हौतात्म्य यापैकी काय अधिक वेदनादायी आहे?''

संत म्हणतात, ''या आजारपणात तीन दिवसांमध्ये जितक्या वेदना होतात, त्यांची बरोबरी हौतात्म्याशी होऊ शकते.''

संत फ्रान्सिस यांनी अनेक दिवस अशा प्रकारच्या तीव्र वेदना सहन केल्या होत्या. कारण, ईश्वर त्यांच्यासोबत आहे, हे ते जाणून आहेत! तो पूर्वीही त्यांच्यासोबत होता आणि भविष्यातही राहील. फ्रान्सिस निरोगी व सुदृढ असताना ईश्वर त्यांच्या जितका जवळ होता, त्यापेक्षा अधिक जवळ तो त्यांच्या आजारपणात आहे. त्यामुळेच फ्रान्सिस यांना हे आजारपण प्रिय आहे.

एक दिवस फ्रान्सिस यांना ईश्वराचा आवाज ऐकू येतो. ''बेटा फ्रान्सिस, तू खूप सहन केलेस. तुझा देह अस्थिपंजर झाला आहे. मला एक सांग, या पृथ्वीतलावरील सर्व नद्या व समुद्र, सर्व टेकड्या व पर्वत हे सोन्याने, हिऱ्याने भरले आणि तो खजिना तुझ्या वेदनेच्या बदल्यात तुला देऊ केला, तर तू आनंदी होशील का?''

फ्रान्सिस शांतपणे उत्तर देतात, ''ईश्वरा, मी या खजिन्यास पात्र नाही.''

त्यानंतर त्यांना पुन्हा आवाज ऐकू येतो. ''वत्सा, तुझ्याकरिता मी असाच खजिना राखून ठेवला आहे. तो अनंतातील आयुष्याचा खजिना

आहे. तुझ्या वेदना व यातना या त्या खजिन्यासाठी जणू गहाण ठेवल्या आहेत!''

हे शब्द ऐकू येताच फ्रान्सिस यांचे मन आनंदाने भरून जाते.

संतवृत्तीचा व्यापारी

बहराम हा खूप श्रीमंत व्यापारी होता. त्याच्या गाड्यांचे ताफे दरवर्षी लाखो रुपयांचा माल घेऊन परदेशात जात. एकेदिवशी दरोडेखोरांनी या गाड्या लुटल्या. त्यामुळे, बहरामचे लाखो रुपयांचे नुकसान झाले.

त्याचा एक मित्र या नुकसानाबद्दल सांत्वन करण्यासाठी बहरामकडे आला. त्या वेळी दुष्काळ पडला होता. बहरामला वाटले, आपला मित्र अन्नाच्या अपेक्षेने आपल्याकडे आला आहे. बहरामने आपल्या नोकरास मित्राला अन्न वाढण्याची सूचना केली. मित्र म्हणाला, ''मला अन्नाची जरुरी नाही. मी येथे तुझ्याप्रती सहानुभूती व्यक्त करण्यासाठी आलो आहे.''

बहराम म्हणाला, ''तुझे हे वर्तन खूपच दयाळूपणाचे आहे. परंतु, झालेल्या घटनेबद्दल मला चिंता वाटत नाही. किंबहुना, मी देवाचा आभारी आहे की दरोडेखोरांनी माझा माल लुटला. माझ्याकडून कोणतीच लूट झाली नाही. दरोडेखोरांनी केवळ नाशवंत मालाची चोरी केली. परंतु, जो अक्षय्य ठेवा आहे, त्याला त्यांनी हातही लावला नाही. तो ठेवा म्हणजे, करुणादायी अल्लावरील अढळ श्रद्धा. हाच आयुष्यभराचा ठेवा आहे.''

संकटे व कसोटीचा काळ हा व्यक्ती म्हणून तुमच्यातील सर्वोत्तम गुण पुढे आणतो. त्यामुळे संकटांपासून पळून जाऊ नका. किंबहुना, संकटांना आपले मित्रच माना. ती तुम्हाला धक्का पोहचवत नाहीत, तर ती तुम्हाला यशापासून आणखी मोठ्या यशाकडे घेऊन जातात.

प्रेमळ घाव

मॅडम गुयॉन ही तिच्या शहरातील सर्वांत सुंदर स्त्रियांपैकी एक होती. लहानपणापासूनच तिच्या हृदयात देवाविषयीची भक्ती भरून राहिली होती. परंतु, देवाला कोठे शोधावे, हे तिला ठाऊक नव्हते.

ती जशी मोठी झाली, तशी समाजात अधिक मिसळू लागली व तिची काही वर्षे जगरहाटीत निघून गेली. तिचा विवाह यशस्वी होऊ शकला नाही. त्यामुळे तिच्या हृदयात गेली काही वर्षे निद्रिस्तावस्थेत असलेली देवाविषयीची भक्ती पुन्हा एकदा जागृत झाली. ती भक्तीमार्गासाठीच बनली होती. तिचे हृदय सौम्य, कोमल व शुद्ध होते. आपल्या पतीकडून अपेक्षापूर्ती होत नसल्याने तिने आपले मन, ज्या देवाला तिने कधी पाहिले, ऐकले किंवा स्पर्शिले नव्हते, अशा देवाकडे वळवले.

ही दुःखी, पण फॅशनेबल स्त्री देवाच्या शोधात निघाली. तिने देवाला यत्र, तत्र, सर्वत्र शोधले. तरीही तिला देव सापडला नाही. अखेरीस तिच्या लक्षात आले, की देवाला ज्यांना भेटण्याची इच्छा असते, त्यांनाच तो सापडतो. त्यामुळे, साधेपणा हाच देवापर्यंत पोहोचण्याचा खरा मार्ग आहे.

एक दिवस तिच्या शहरात एक साधू आला. तिने त्या साधूला भेटून आपल्या आयुष्यातील सर्व अडचणी सांगितल्या. तो साधू मोजकेच बोलायचा. तो तिला म्हणाला, ''गुयॉन, स्वतःच्या हृदयामध्ये देवाला पाहायला शीक. तुला देव निश्चित सापडेल.'' हे शब्द एखाद्या तीक्ष्ण बाणाप्रमाणे तिच्या हृदयात घुसले. आपल्या देवाचे दर्शन हेच या घावावरील मलम होते. तिने स्वतःची अवस्था इतक्या सुंदरपणे व्यक्त केली आहे की ती तिच्याच शब्दांत सांगण्याचा मला मोह होतो.

“तो क्षण मला स्पर्शून गेला. एक खोल जखम, जी आनंदाने, प्रेमाने ओतप्रोत भरली आहे. हा घाव इतका गोड होता, की तो कधीच भरून निघू नये, असं मला वाटलं. मी इतकी वर्षे जे शोधत होते, ते माझ्या हृदयातच आहे याचा शोध मला त्या शब्दांमुळे लागला. त्या शब्दांनीच माझ्या हृदयातील देव शोधण्यासाठी मला प्रवृत्त केले. देवा, तू माझ्यामध्येच होतास. तुझे अस्तित्व जाणवण्यासाठी मी केवळ स्वतःमध्ये डोकावण्याची आवश्यकता होती. मी तुला शोधत इतरत्र भटकत होते. परंतु, तू मला सापडला नाहीस आणि प्रत्यक्षात तू माझ्या इतक्या जवळ होतास!”

त्या दिवसापासून तिने इतरत्र देवाचा शोध घेणे सोडून दिले. तिने सर्व कर्मकांडे सोडून दिली. तिला तिचे मर्म सापडले. तिने शांतपणे स्वतःला देवाजवळ समर्पित केले आणि तिच्या हृदयामध्ये तिला देव सापडला!

देव कोठे आहे?

तालमुद या ज्यूंच्या पुराणग्रंथामध्ये एक छान कथा सांगितली आहे. एकदा राजा हेड्रियनने राबी जोशुआकडे शंका व्यक्त केली. ''तू देवाशी संवाद साधतोस, परंतु देव कोठे आहे? जर देव खरंच असेल, तर तू मला दाखवू शकशील का?''

राबी उत्तरला, ''ते अशक्य आहे.''

राजाने पुढे विचारले, ''जर मी देवाला पाहिले नाही, तर तो आहे यावर मी विश्वास कसा ठेवू?''

तो उन्हाळ्यातील एक रखरखीत दिवस होता. राबीने राजाला बाजूला घेतले आणि तो म्हणाला, ''सूर्याकडे पाहून दाखव.''

''मला शक्य नाही.'' राजाने सांगितले.

राबी म्हणाला, ''सूर्य हा देवाचा सेवक आहे. जर तू सूर्याकडेच पाहू शकत नसशील, तर तू साक्षात देवाकडे कसा काय पाहशील?''

काळाची वेळ

एका जुन्या दंतकथेमध्ये पक्ष्यांची भाषा समजणाऱ्या एक राजाची कथा आहे. एक दिवस तो आपल्या उद्यानात फेरफटका मारत असताना त्याला पक्ष्यांचा संवाद ऐकू येतो.

''आज संध्याकाळी राजाला आपल्या खास सेवकाच्या मृत्यूला सामोरे जावे लागणार आहे, याविषयी त्याला काहीच माहिती नाही.''

हा संवाद ऐकून राजा अस्वस्थ होतो. त्याला आपल्या खास सेवकाला मृत्यूपासून वाचवायचे असते. तो आपला सर्वांत वेगवान घोडा त्या सेवकाला देतो आणि सूर्यास्तापूर्वी देश सोडून दुर्गम भागात जाण्यास सांगतो.

आता राजाला आपला सेवक सुरक्षित असल्याची खात्री पटते. संध्याकाळी राजा फेरफटक्यासाठी पुन्हा उद्यानात येतो. पुन्हा त्याला पक्ष्यांचा आवाज ऐकू येतो. आज संध्याकाळी मृत्यू राजाच्या खास सेवकाची दुर्गम भागात वाट पाहात आहे, हे राजाला माहीत नाही. राजाने आपला सर्वांत वेगवान घोडा त्याला दिला नसता, तर तो कधीच दुर्गम भागात पोहचू शकला नसता.

राजाला योग्य धडा मिळाला. त्याला कळून चुकले की मत्यूला कधीच टाळता येत नाही. मृत्यूला कोणीच फसवू शकत नाही!

बाळाला पडू देऊ नका

असं म्हणतात, की संत एकनाथांनी आपल्या भावनांवर ताबा मिळवला होता. कोणत्याही गोष्टीमुळे त्यांना राग येत नसे.

एकदा एक माणूस मनात कपटी विचार ठेवून एकनाथांची परीक्षा घेण्यास आला. त्याने एकनाथांना उद्देशून शिवीगाळ केली, त्यांचा अपमान केला. परंतु, संत जराही विचलित झाले नाहीत. अखेर तो माणूसच थकला तेव्हा संत त्याला म्हणाले, ''मित्रा, भोजनाची वेळ झाली आहे. इतके शाब्दिक श्रम करून तुला भूक लागली असेल.''

एकनाथांनी आपल्या पत्नीस त्या माणसाला भोजन देण्यास सांगितले. पत्नी एकनाथांना व त्या अनोळखी माणसास वाढण्यासाठी वाकली, तेव्हा सर्वांत सौम्य माणसालाही राग येईल, असा विचार त्या माणसाच्या मनात आला आणि त्याने लागलीच एकनाथांच्या पत्नीच्या पाठीवर उडी मारली.

एकनाथ तिला म्हणाले, ''अगं, उठू नको हं. नाहीतर पाठीवरील बाळ पडेल व त्याला इजा होईल.''

''खरंय.'' पत्नी म्हणाली. ''आपला मुलगा लहान असताना माझ्याशी असाच खेळायचा.''

हे संभाषण ऐकून मात्र तो माणूस दिङ्मूढ झाला. ओशाळून तो एकनाथांच्या पत्नीच्या पाठीवरून उतरला. त्याने एकनाथांचे व त्यांच्या पत्नीचे पाय धरले व अश्रूभरल्या डोळ्यांनी त्याने त्या दोघांची क्षमा मागितली.

''यात क्षमा मागण्यासारखे काय आहे?'' त्या दोघांनी त्यालाच प्रतिप्रश्न केला. ''मुले अशीच वागतात. तू ही आमचा मुलगाच आहेस.''

रागावलेल्या माणसालाच राग अधिक जखमी करतो. मनात करुणा असेल, तर रागाला थारा मिळत नाही. पुराणात त्याचे यथार्थ वर्णन केले आहे. 'जेव्हा तुम्हाला राग येतो, तेव्हा तो केवळ वर्तमानकाळापुरता सैतान नाही, याची खात्री बाळगा. तुम्हाला त्या रागाची सवय होते आणि राग आगीत तेल ओततच राहातो.'

...आणि ते चालू लागले

एकदा एक पती-पत्नी आपल्या मित्रपरिवाराला भेटण्यासाठी निघाले होते. या मित्रांचे घर त्यांच्यापासून काही अंतरावर होते. वाटेत त्यांना आठवण झाली की त्यांना एक मोडकळीस आलेला असुरक्षित पूल ओलांडावा लागणार आहे. या विचाराने पत्नी चिंताग्रस्त झाली.

''आपण पूल कसा ओलांडणार?'' तिने काळजीने पतीला विचारले. ''मी यापूर्वी कधीच तो पूल ओलांडण्याचे धाडस केलेले नाही. शिवाय, कोणतीही होडी आपल्याला पलीकडे घेऊन जाणार नाही.''

हे ऐकून पतीही चिंतेत पडला. ''या पुलाचा विचारच मी कधी केला नव्हता. तो सर्वांत असुरक्षित पूल आहे. आपण पूल ओलांडत असताना तो कोसळला तर? आपण वाहून जाऊ.''

पत्नी म्हणाली, ''आणि समजा चुकून मोडलेल्या फळीवर पाऊल ठेवल्याने तुमचा पाय मोडला तर? माझी व आपल्या मुलांची काळजी कोण घेईल?''

''कोण जाणे.'' पती म्हणाला. ''माझा पाय मोडला, तर आपले कसे होणार? आपल्यावर उपासमारीची वेळ येईल.''

अशी चिंता करत ते दोघे चालत राहिले. पुलाजवळ पोहोचेपर्यंत त्यांनी सर्वप्रकारच्या वाईट गोष्टी कल्पून झाल्या. मात्र, तेथे पोहोचल्यावर त्यांच्या लक्षात आले की तो पूल नव्याने बांधण्यात आला होता. त्या दोघांनी सुखरूपपणे तो पूल ओलांडला.

'प्रत्यक्षात नसलेल्या वाइटाचीच आपल्याला जास्त किंमत मोजायला लागते.' हे थॉमस जेफरसन यांचे उद्‌गार किती महत्त्वाचे आहेत!

गुरुनानक आणि मुल्ला

एकदा एक *मुल्ला* **(मुस्लिम धर्मगुरू)** गुरुनानक यांना म्हणाला, ''तुम्ही सर्वधर्मसमभावाबद्दल बोलता. हिंदू व मुस्लिम ही एकाच देवाची मुले असून त्याला सारखीच प्रिय आहेत, असे तुम्ही म्हणता. तर मग, तुम्ही माझ्यासह येऊन मुस्लिम पद्धतीने अल्लाची प्रार्थना करा. तुम्ही माझ्यासोबत नमाज पढा.''

गुरुनानक लागलीच तयार झाले. ते दोघे एका मशिदीत गेले. मुल्लांनी गुरुनानकांना नमाज पढण्याची पद्धत समजावून सांगितली. त्यानंतर मुल्लाने एक बोट आपल्या कानात घातले व नमाज पढण्यासाठी तो गुडघ्यावर बसला. मुल्ला प्रार्थनेचे विधी करू लागला, तरी गुरू अद्याप उभेच होते.

ते पाहून मुल्ला म्हणाला, ''तुम्ही अद्याप खांबासारखे उभे का आहात? तुम्ही माझ्यासोबत प्रार्थना का करत नाही?''

गुरुंनी स्मितपूर्ण चेहऱ्याने उत्तर दिले, ''बंधू, तू जर फक्त प्रार्थना करत असतास, तर मीसुद्धा तुझ्यासोबत प्रार्थना केली असती. परंतु, तुझे ओठ पवित्र शब्द उच्चारत असताना तुझे मन मात्र इतरत्र भटकते आहे. तुझी घोडी लवकरच एका शिंगराला जन्म देणार आहे. त्या शिंगराचा रंग कोणता असेल, याविषयी तू विचार करतो आहेस. तो लोकरीसारखा शुभ्र असावा, अशी तुझी इच्छा आहे.''

मुल्लाने हे ऐकले आणि तो आश्चर्यचकित झाला. आपल्या मनातील विचार गुरुंनी कसे ओळखले, याचा शोध त्याला लागेना.

कॅथेड्रल कोणी बांधला?

मध्ययुगामध्ये एका राजाने एक कॅथेड्रल बांधायला घेतला. या कॅथेड्रलच्या बांधकामासाठी अनेकांनी पुढे येऊन मदत केली. एका गरीब विधवा महिलेकडे मात्र देण्यासारखे काहीच नव्हते. तिच्या झोपडीमध्ये जमिनीवर काही फाटलेल्या चटया अंथरलेल्या होत्या. कॅथेड्रलसाठी संगमरवर घेऊन जाणाऱ्या बैलगाड्या तिच्या घरासमोरून जात होत्या. त्यावेळी चटयांमधील काही काड्या काढून तिने बैलांना चारा दिला. तिने प्रार्थनेसाठी शब्द उच्चारले, ''देवा तुझ्या देवालयाच्या बांधकामासाठी माझे हे छोटेसे योगदान स्वीकार कर.''

कॅथेड्रल बांधून झाल्यानंतर अभिषेक करण्यासाठी एका साधूमहाराजांना बोलावण्यात आले होते. ते म्हणाले, ''काल रात्री मला एक स्वप्न पडले. त्या स्वप्नात एक आवाज मी ऐकला. हा कॅथेड्रल राजाने बांधला नसून हा कॅथेड्रल जवळच रस्त्याकडेला राहणाऱ्या एका गरीब विधवा महिलेने बांधल्याचे लोकांना सांग, असे तो आवाज मला म्हणाला.''

साधूमहाराजांचे हे शब्द ऐकून राजा आश्चर्यचकित झाला. गरीब विधवा महिला एवढा मोठा कॅथेड्रल कसा बांधू शकेल, असा त्याला प्रश्न पडला. त्याने त्या महिलेला बोलावून घेतले आणि कॅथेड्रलच्या बांधकामातील तिचे योगदान विचारले.

''फारसे काहीच नाही.'' महिला म्हणाली. ''मी फक्त या कॅथेड्रलसाठी संगमरवर घेऊन येणाऱ्या बैलगाडीच्या बैलांना थोडासा चारा दिला.''

देव हा आपल्याकडे कधीच मोठ्या गोष्टी मागत नाही. किंबहुना आपण भक्तिभावाने दिलेल्या लहानसहान गोष्टीच देवाला हव्या असतात.

दुःख का आहे?

अंजली एकदा ताऱ्यांच्या प्रकाशात आपल्या मित्रांसोबत बसला होता. ईश्वराचे प्रेम व त्याची कृपादृष्टी सदैव आपल्यावर असते, असे तो मित्रांना सांगत होता.

''कोणत्याही प्रसंगामध्ये देवाचा हात सोडू नका. देव हा सर्वांची माऊली आहे. दुःख आणि पराजयात, यश आणि विजयात देवाच्या कृपादृष्टीचे ऋणी राहा. त्यामुळे दुःख सुसह्य होईल आणि तुम्ही विजयात वाहावत जाणार नाही.''

त्या वेळी तेथून जाणारी एक महिला खूप दुःखी होती. तिच्या कानावर अंजलीचे शब्द पडले. ती त्याला म्हणाली, ''तुला हे बोलणे खूप सोपे आहे. दुःखाचा घाव त्यांनाच माहीत ज्यांना माझ्यासारखा दिवसेंदिवस त्याचा सामना करावा लागतो. तू देव आणि देवाच्या कृपादृष्टीविषयी बोलतो आहेस. मात्र, आम्ही ज्या जगात जगतो, तेथे केवळ अंधःकार आहे. या जगात केवळ दुष्ट लोक यशस्वी होतात आणि खऱ्या लोकांना नरकयातना भोगाव्या लागतात.''

अंजलीने एकवार तिच्याकडे पाहिले. तिच्या हातात एक लहानसे मूल होते. अंजली म्हणाला, ''या बाळाला जमिनीवर फेकून द्या.''

महिलेला अंजलीच्या या सूचनेमुळे धक्का बसला. ती म्हणाली, ''तू किती विचित्र माणूस आहेस! या बाळाला मी जमिनीवर का फेकेन? असे केल्यास त्याचा मृत्यू होईल.''

''तुम्हाला हजार रुपये दिले, तर तुम्ही त्याला जमिनीवर फेकाल का?''

''या आकाशात जेवढे तारे आहेत, तेवढ्या सुवर्णमोहरा मिळाल्या तरी मी असे करणार नाही.'' महिलेने उत्तर दिले.

"तुम्हाला राज्य दिले, तरी तुम्ही बाळाला फेकणार नाही, याची तुम्हाला खात्री आहे का?" – अंजलीने पुन्हा विचारले.

"निश्चितच. चंद्र मिळाला, तरी मी तसे करणार नाही. हे बाळ मला जगातील सर्व संपत्तीपेक्षा अधिक प्रिय आहे." असे म्हणून महिलेने त्या बाळाला आपल्या उराशी कवटाळले.

अंजली म्हणाला, "माते, तुम्ही तुमच्या मुलावर जेवढी माया करता, त्यापेक्षा कमी माया देव आपल्या मुलांवर करत असेल, असे तुम्हाला वाटते का?"

महिलेला आपली चूक उमगली. तिच्यासाठी ही नवी जाणीव होती. "जर देव खरंच आपल्यावर प्रेम करत असेल, तर जगात इतके दुःख का आहे?" तिने अंजलीला विचारले.

अंजली म्हणाला, "देवाच्या पवित्र योजनेमध्ये दुःखाचे स्वतंत्र स्थान आहे. तुमचे मूल आजारी पडले, तर तुम्ही त्याला कडू औषध देता. त्या वेळी तुम्ही त्याच्या रडण्याची वा अश्रूंची पर्वा करत नाही. त्याचप्रमाणे आपली मनेही आजारी पडतात. त्यामुळे देव आपल्याला दुःख व वेदनेचे कडू औषध देतो. त्यामुळे दुःखापासून दूर पळण्याचा प्रयत्न करू नये. दुःखाला टाळण्यापेक्षा ते योग्यरीत्या स्वीकारायला शिकले पाहिजे. दुःखाचा अनुभव तुमचे जीवन अधिक समृद्ध आणि मन अधिक खंबीर करतो. दुःख तुमच्या हृदयाचा आरसा अधिक लख्ख करते. त्यामुळे तुम्ही त्यामध्ये देवाचा चेहरा पाहू शकता. मग तुम्हाला देवाच्या कृपादृष्टीचा अर्थ आणि घडून गेलेल्या गोष्टींचा कार्यकारणभाव समजतो. त्यामुळे देवाकडे दुःख दूर करण्याचे मागणे मागू नये. त्याउलट देवाचे खरे लेकरू होण्यासाठी त्याच्याकडे आशीर्वाद मागावेत."

अद्यापही अशी माणसे आहेत

सेवाव्रतामुळे जीवन सुफळ-संपूर्ण होते. जो माणूस इतरांची सेवा करतो, तोच इतरांपेक्षा महान ठरतो. नॉरफोकचा राजपुत्र हा इंग्लंडमधील महान व्यक्ती म्हणून ओळखला जायचा. तो एका मोठ्या किल्ल्यात राहात असे. परंतु, मनाने तो अतिशय साधा, सौम्य आणि नम्र होता.

एक दिवस तो रेल्वे स्थानकावर गेला असताना त्याला एक आयरिश मुलगी दिसली. ती नुकतीच रेल्वेमधून उतरत होती व तिच्या हातात जड बॅग होती. ती किल्ल्यामध्ये घरकाम करण्यासाठी म्हणून आली होती.

रेल्वेस्थानकापासून किल्ला सुमारे मैलभर अंतरावर होता. त्या मुलीकडे केवळ एक शिलिंग (पाउंडचा विसावा भाग) इतकेच पैसे होते. तिने हमालाला शिलिंगच्या बदल्यात तिच्याकडील बॅग किल्ल्यापर्यंत घेऊन येण्याची विनंती केली. हमालाने तुच्छतेने नकार दिला. राजपुत्र साध्या वेषात होता. त्याने पुढे येऊन त्या मुलीची बॅग किल्ल्यापर्यंत नेण्याची तयारी दाखवली.

किल्ल्याजवळ आल्यानंतर राजपुत्राने आनंदाने तिच्याकडील शिलिंग स्वीकारला. आपण राजपुत्र असल्याचा थांगपत्ता त्याने त्या मुलीला लागू दिला नाही. दुसऱ्या दिवशी जेव्हा ती मुलगी तिच्या मालकांना भेटायला गेली, त्यावेळी तिला शोध लागला की काल आपली बॅग उचलणारा माणूस दुसरा-तिसरा कोणीही नसून खुद्द नॉरफोकचा राजपुत्र आहे!

देवापर्यंत पोहोचण्याचा सोपा मार्ग

एक ज्ञानी माणूस होता. तो अनेक वर्षे देवापर्यंत पोहोचण्याचा मार्ग शोधत होता. आपल्याला देवापर्यंत पोहोचण्याचा मार्ग दाखवणारा कोणी साधू वा मार्गदर्शन करणारा कोणी माणूस भेटावा यासाठी तो दररोज प्रार्थना करत असे.

एक दिवस तो प्रार्थनेत मग्न असताना त्याला एक आवाज ऐकू आला. 'अमूक एका ठिकाणी जा. तेथे तुला एक माणूस भेटेल. तो तुला देवापर्यंत पोहोचण्याचा मार्ग दाखवेल.'

हा आवाज ऐकून त्याला आनंद झाला. लागलीच तो त्या आवाजाने सांगितलेल्या जागेच्या शोधात निघाला. परंतु, तेथे पोहोचताच त्याला आश्चर्याचा धक्का बसला. कारण, तेथे एक गरीब साधा माणूस होता. त्याचे कपडे फाटलेले आणि पाय चिखलाने माखलेले होते. ज्ञानी माणसाने इतरत्र शोधाशोध केली, मात्र त्याला त्या ठिकाणी दुसरे कोणीही सापडले नाही. अखेर ज्ञानी माणूस त्या गरीब माणसाला म्हणाला, ''सुप्रभात!''

गरीब माणसाने शांतपणे उत्तर दिले, ''माझी कोणतीच सकाळ वाईट नसते.''

ज्ञानी माणूस मग म्हणाला, ''मी तुझे सुदैव चिंतितो.''

गरीब म्हणाला, ''मला आजवर कधीच दुर्दैवाचा सामना करावा लागलेला नाही.''

ज्ञानी माणसाला आश्चर्य वाटले. तो पुन्हा म्हणाला, ''तू नेहमी आनंदी राहावास.''

त्यावर गरीब माणसाने उत्तर दिले, ''मी कधीच दुःखी नसतो.''

''मला काहीच समजेनासे झाले आहे.'' ज्ञानी माणूस उत्तरला. ''कृपया मला याचा अर्थ समजावून सांग.''

''आनंदाने.'' गरीब माणसाने सुरुवात केली. ''तू मला 'सुप्रभात' म्हणालास. परंतु, माझी कोणतीच सकाळ वाईट नसते. कारण, मला खाण्यासाठी अन्न मिळाले नाही तरी मी देवाची स्तवने गातो. पाऊस पडो वा हिमवृष्टी होवो, वातावरण कितीही बिघडले तरी मी देवाची प्रार्थना करतो. माझ्यासोबत कोणी नसेल, मी एकटा असेन तरी मी देवाची प्रार्थना करतो. त्यामुळे माझी कोणतीच सकाळ वाईट नसते.

तू माझे सुदैव चिंतलेस. परंतु, मी कधीच दुर्दैवी नसतो. मी नेहमी ईश्वराच्या चरणकमलांजवळ असतो. देव माझ्यासाठी जे काही करेल, ते सर्वोत्तमच असेल, यावर माझा विश्वास आहे. त्यामुळे माझ्यासोबत होणारी प्रत्येक गोष्ट, मग ते चांगले आरोग्य असो वा आजार, ऐश्वर्य असो वा दारिद्र्य, आनंद असो वा दुःख, मी ती देवाने दिलेली भेट म्हणूनच स्वीकारतो. त्यामुळे मला कधीच दुर्दैवाचा सामना करावा लागत नाही.

तू माझे सुख चिंतलेस. परंतु, मी कधीच दुःखी नसतो. माझे मन हे नेहमी देवाशी एकरूप झालेले असते. देवाची इच्छा हीच मी माझी इच्छा समजतो.''

ज्ञानी माणसाने विस्मयचकित होऊन विचारले, ''पण देवाला तुला नरकात टाकण्याची इच्छा असेल तर?''

''तर त्याने खुशाल मला नरकात टाकावे.'' गरीब माणूस उत्तरला. ''देव हा खूप दयाळू आहे. तो मला नरकात टाकणार नाही. तथापि, जरी त्याने तसे केले, तरी माझ्याकडे मानवता आणि प्रेमरूपी दोन हात असतील. या हातांनी मी त्याची करुणा भाकेन. त्यानेही माझ्यासोबत नरकातच राहावे, अशी मी प्रार्थना करेन... आणि देवापासून दूर स्वर्गात राहण्यापेक्षा देवाच्या जवळ नरकात राहणे मी पसंत करेन.''

गरीब माणसाने समर्पित भाव, मानवता व साधेपणा हेच देवापर्यंत पोहोचण्याचे सर्वांत जवळचे, सोपे व निश्चित मार्ग असल्याचा धडा ज्ञानी माणसाला शिकवला. जेव्हा ज्ञानी माणसाने गरीब माणसाला त्याची ओळख विचारली, तेव्हा तो म्हणाला, ''मी राजा आहे.''

तो माणूस सर्व गोष्टींपासून वंचित होता. तरीही त्याला आपण राजा असल्यासारखे वाटत होते. कारण, तो स्वीकाराच्या मार्गावर चालायला शिकला होता. त्याच्याकडे येणारी प्रत्येक गोष्ट आणि त्याच्यासोबत होणारी प्रत्येक घटना त्याने सारख्याच आनंदाने स्वीकारली होती. त्याला कोणत्याच आशा-अपेक्षा नव्हत्या. त्याला कशाचीच गरज नव्हती आणि त्याच्याकडे कसलीच कमतरता नव्हती. तो या पृथ्वीतलावरचा सर्वांत श्रीमंत व्यक्ती होता. नाही का?

देवाला आत येऊ द्या!

हॉलमन हंटने ख्रिस्ताचे एक सुंदर चित्र चितारले होते. त्या चित्रामध्ये मध्यरात्री एका बागेत उभा असलेला, एका हातात कंदिल घेतलेला ख्रिस्त दुसऱ्या हाताने एक दार ठोठावताना दिसतो.

हॉलमनचा मित्र त्याला म्हणाला, ''हॉलमन, तू या चित्रात एक चूक केली आहेस. तू चितारलेल्या दाराला कोयंडाच नाही.''

हॉलमनने उत्तर दिले, ''ती चूक नाही आहे. ते मानवी हृदयाचे दार आहे. ते केवळ आतूनच उघडू शकते.''

हे खरे आहे. आपण आपल्या मनाची कवाडे उघडून देवाला प्रवेश दिला पाहिजे. देव हा अनेक वर्षांपासून आपल्या हृदयाच्या बाहेर दार ठोठावत उभा आहे. आत घ्यायला सांगतो आहे. आपण कधी जागे होणार आणि कधी देवाला आपल्या हृदयात प्रवेश देणार?

डिंकू आणि तिचा कुत्रा

डिंकूला अनेक दिवसांपासून कुत्रा पाळण्याची इच्छा होती. तिने ही इच्छा आपल्या पालकांजवळ बोलून दाखवली. पालकांचा मात्र घरी कुत्रा पाळण्यास विरोध होता. कुत्रा घरात पसारा करून ठेवेल, असे त्यांचे मत होते.

मात्र, डिंकूने आशा सोडली नाही. एक दिवस तिला स्वतःच्या इच्छेप्रमाणे कुत्रा मिळेल, यावर तिचा विश्वास होता.

एके दिवशी तिच्या वडिलांना घरामध्ये एक मोठी थाळी पडलेली दिसली.

वडिलांनी डिंकूला विचारले, ''ही थाळी कशासाठी आहे?''

डिंकू म्हणाली, ''ही माझ्या कुत्र्याची थाळी आहे.''

वडिलांनी आश्चर्याने विचारले, ''आपल्याकडे कुत्राच नाही, तर त्याच्यासाठी थाळी कशी काय आहे?''

डिंकू वडिलांना म्हणाली, ''माझ्याकडे कुत्रा आहे. फक्त तो सध्या माझ्या कल्पनाविश्वात आहे.''

त्यानंतर एकदा वडिलांना डिंकू बागेत दिसली. ती एक साखळी धरून चालली होती.

''डिंकू, तू या साखळीसोबत काय करते आहेस?'' वडिलांनी विचारले.

डिंकूने उत्तर दिले, ''बाबा, ही माझ्या कुत्र्याची साखळी आहे. मी त्याला बागेत फिरवण्याचा सराव करते आहे.''

''तुझा कुत्रा दिसतो कसा, हे तू सांगू शकशील का?'' वडिलांनी आश्चर्याने विचारले.

डिंकूने लागलीच उत्तर दिले, ''तो मॅलमट जातीचा कुत्रा आहे. त्याची कातडी काळ्या रंगाची आहे व पोट व पायांकडे तो थोडासा तपकिरी रंगाचा आहे. त्याच्या कपाळावर एक पांढरा चौकोन आहे आणि त्याचे डोळे सुंदर, चमकते, तपकिरी रंगाचे आहेत.''

डिंकूने आपल्या कुत्र्याचे इतक्या बारकाईने केलेले वर्णन वाचून वडिलांना धक्काच बसला.

त्यानंतर, काही दिवसांमध्येच वृत्तपत्रात एक मॅलमट कुत्र्याच्या पिलाच्या विक्रीची जाहिरात आली होती. डिंकूने त्या विक्रीच्या ठिकाणी जाण्याचा हट्ट वडिलांकडे धरला. वडिलांना कुत्रा नको होता. त्यामुळे डिंकूच्या वर्णनाशी तंतोतंत मिळतेजुळते पिल्लू असले, तरच ते विकत घेऊ, अशी अट वडिलांनी डिंकूला घातली. डिंकू त्याला तयार झाली. जेव्हा वडील व डिंकू त्या ठिकाणी पोहोचले, त्यावेळी चक्क ते पिल्लू धावत डिंकूकडे येऊन तिचे पाय चाटू लागले. वडिलांचा तर आपल्या डोळ्यांवर विश्वासच बसेना. ते छोटेसे पिल्लू डिंकूने जसे वर्णन केले होते, अगदी तस्सेच होते.

आपण जसा विचार करतो, तसेच आपण बनत जातो. जर आपले विचार अशुद्ध असतील, जर आपल्या विचारांमध्ये असूया, संताप, द्वेष, लोभ या भावनांना स्थान असेल, तर आपली प्रवृत्तीही तशीच बनत जाते. त्यामुळे आपण नेहमी चांगलेच विचार करू, याची काळजी घेतली पाहिजे. आपण नेहमी शांतता, शुद्धता, सेवाभाव, सहानुभूती, प्रेम, आनंद, यश, भरभराट, आरोग्य, सुख याविषयीच विचार केले पाहिजे.

देवाला काय हवे आहे?

एका श्रीमंत घरातील मुलीला नवनव्या ठिकाणांना भेट देण्याची हौस होती. घरी आजारी असलेल्या आईसाठी तिच्याकडे खूप कमी वेळ होता.

एकदा ती मुलगी काश्मीरमध्ये गेली असताना आपल्या आईचा वाढदिवस जवळ आला असल्याचे तिला आठवले. तिने दुर्मिळ लोकरीपासून बनवलेली एक सुंदर शाल आपल्या आईकरिता खरेदी केली आणि आईला पाठवून दिली.

आईच्या वाढदिवशी तिला मुलीने पाठवलेली शाल मिळाली. आईने एकवार शाल पाहण्याचेही कष्ट घेतले नाहीत. तिच्या डोळ्यात अश्रू तरळले. तिने आपल्या मुलीला पत्र लिहिले, ''बेटा, या शालीचे मी काय करू? मला तू हवी आहेस. तूच हवी आहेस.''

देवाचेसुद्धा आपल्याला हेच सांगणे आहे. ''तुमच्या विधी आणि कर्मकांडांचे मी काय करू? तुमच्या सोन्याचांदीच्या भेटवस्तूंचे मी काय करू? मला तुम्ही हवे आहात. मला तुमचे मन हवे आहे. भक्तिभावाने भरलेले, नम्र व पवित्र मन मला हवे आहे.''

तू कशाला घाबरतो आहेस?

एकदा येशू उगवत्या सूर्याची प्रभा न्याहाळत समुद्रकिनारी एका वृक्षाखाली उभा होता. आजूबाजूला नीरव शांतता होती. समुद्रावरून शीतल वाऱ्याची झुळूक वाहात होती. त्या वाऱ्याने वृक्ष डोलत होते. पलीकडे निळ्या भासणाऱ्या पर्वतराशींवर काही ढग विसावले होते.

त्या वेळी एक अनुयायी प्रश्नार्थक चेहऱ्याने येशूकडे आला. त्याच्याकडे पाहून येशू म्हणाला, ''तुला कसली चिंता सतावते आहे, मुला?'' अनुयायी म्हणाला, ''गुरुवर्य, आपण ज्याप्रमाणे जमिनीवरून सहजरीत्या चालू शकतो, त्याप्रमाणे आपण समुद्रावरून का चालू शकत नाही? समुद्रात गेल्यानंतर आपण गटांगळ्या खाऊ लागतो, बुडू लागतो!''

येशू म्हणाला, ''ज्याच्या मनात श्रद्धा आहे आणि ज्याच्या डोळ्यात विश्वास झळकतो आहे तो कोळ्याच्या होडीप्रमाणे पाण्यावरूनही सहजपणे चालू शकतो.''

अनुयायी म्हणाला, ''गुरुवर्य, मी तुम्हाला प्रथम पाहिले, त्या वेळेपासून माझी श्रद्धा अढळ आहे. या श्रद्धेमुळे माझा विश्वासही वाढीस लागला आहे.''

येशू म्हणाला, ''मग चल, आपण एकत्र पाण्यावर पाऊल ठेवूया.''

त्याप्रमाणे, येशूच्या पाठोपाठ अनुयायी चालू लागला. दोघेही पाण्यावर चालत असताना अचानक एक मोठी लाट आली आणि त्यामुळे पाण्याची पातळी वाढली. येशूने ती लाट यशस्वीरीत्या पार केली. परंतु, तो अनुयायी मात्र त्या लाटेत बुडू लागला. त्याने घाबरून मदतीसाठी धावा सुरू केला.

येशू त्याला म्हणाला, ''बेटा, तुला काय झाले?''

अनुयायाच्या आवाजात भीती जाणवत होती. तो म्हणाला, ''गुरुवर्य, ज्या वेळी मी मोठी लाट माझ्या दिशेने झेपावताना पाहिली, त्यावेळी ही लाट मला गिळून टाकेल या विचाराने मी घाबरलो. भीतीने माझ्या मनाचा ताबा घेतल्यामुळे मी बुडू लागलो. गुरुवर्य कृपया मला वाचवा. अन्यथा मी वाहून जाईन.''

येशू म्हणाला, ''जेव्हा तुझ्या मनात भीती उत्पन्न झाली, त्याचवेळी तुझा विश्वास ढळू लागला. तुझी श्रद्धा कमी झाली आणि उगवत्या सूर्यासमोर ज्याप्रमाणे दवबिंदू नाहीसे होतात, त्याचप्रमाणे तुझा विश्वास ढासळला. अरेरे, मुला, तू या लाटांना घाबरलास, पण ज्याने या लाटा निर्माण केल्या आहेत, त्या ईश्वराला मात्र तू घाबरला नाहीस.''

मध्यरात्रीचा संगीतप्रवास

महान इंग्रजी कवी जॉर्ज हर्बर्ट हे आपल्या कार्यक्रमाच्या ठिकाणी जाण्यासाठी निघाले होते. त्याचवेळी त्याला एक कुबड आलेला माणूस दिसला. त्याचा घोडा, बहुधा पाठीवरच्या ओझ्यामुळे खाली पडला होता. जॉर्ज यांनी त्या माणसाला घोड्याच्या पाठीवरील ओझे उतरवण्यासाठी मदत केली, घोड्याला उभे केले आणि मग, पुन्हा ते ओझे चढवून दिले. या कामात जॉर्ज यांचे कपडे मात्र चिखलाने माखले. ते ज्या वेळी कार्यक्रमात पोहोचले, त्या वेळी त्यांच्या कपड्यांची अवस्था पाहून त्यांच्या मित्रांना धक्का बसला. जेव्हा जॉर्ज यांनी मित्रांना सारी हकीगत सांगितली, त्या वेळी मित्र त्यांना म्हणाले, ''तू हे परोपकार करण्यासाठी धजावलास तरी कसा?''

जॉर्ज हर्बर्ट यांनी उत्तर दिले, ''मी हे माझ्या मध्यरात्रीच्या संगीतप्रवासासाठी केले. जर मी ही मदत केली नसती, तर मला ते संगीत भेसूर ऐकू आले असते आणि तो भेसूर राग सदैव माझ्या मनात राहिला असता.''

वाईट सवयी सोडा

एका वृद्ध माणसाला आपला मृत्यूसमय नजीक आल्याची जाणीव झाली. त्याने आपल्या तीन मुलांना बोलावून घेतले व त्यांना घेऊन तो जवळच्या शेतात गेला. तेथे तीन प्रकारची रोपे होती, (१) छोटासा कोंब, (२) झुडूप व (३) डेरेदार वृक्ष.

त्या वृद्धाने आपल्या सर्वांत लहान मुलाला तो कोंब उपटण्यास सांगितले. त्या मुलाने कोणतेही विशेष प्रयत्न न करता सहज तो कोंब उपटून आणला. त्यानंतर इसमाने दुसऱ्या मुलास ते झुडूप तोडण्याची सूचना केली. मुलाने प्रथम एकेका हाताने झुडूप ओढण्याचा प्रयत्न केला. परंतु, त्याला यश आले नाही. त्यानंतर, त्याने दोन्ही हातांनी ताकतीने जेव्हा झुडूप ओढले, त्याच वेळी ते बाहेर आले.

आता सर्वांत मोठ्या व बलवान असलेल्या तिसऱ्या मुलाची पाळी होती. इसमाने त्याला पूर्ण वाढ झालेला वृक्ष उखडण्यास सांगितले. त्या मुलाने पूर्ण ताकद पणास लावली, पण काहीही परिणाम झाला नाही. अखेरीस तो वडिलांना म्हणाला, ''बाबा, तो वृक्ष उखडता येऊ शकत नाही.''

मग त्या वृद्धाने आपल्या तीनही मुलांना एकत्र येऊन तो वृक्ष काढण्यास सांगितले, तरी त्यांना यश आले नाही.

मग तो म्हणाला, ''मुलांनो, मी आता काही दिवसांतच निघून जाईन. पण, या रोपांनी दिलेला धडा सदैव लक्षात ठेवा. आपल्या वाईट सवयी या रोपांप्रमाणे आहेत. त्या सुरुवातीच्या टप्प्यात असताना सहजपणे दूर करता येऊ शकतात. परंतु, त्यांची पूर्ण वाढ झाली, तर मात्र तुम्ही काहीही करू शकत नाही. त्यामुळे काळजी घ्या. विशेषतः मद्यप्राशन, सट्टेबाजी आणि गैरसमज पसरवणे या वाईट सवयींपासून दूर राहा.''

इंग्रजीमध्ये सवयींसाठी habit हा शब्द वापरला जातो. त्यातील पहिले अक्षर दूर केले, तर a bit, म्हणजे काही प्रमाण शिल्लक राहाते. दुसरे अक्षर दूर केले, तर bit, म्हणजे थोडेतरी शिल्लक राहाते. परंतु, तिसरे अक्षर दूर केले, तर मात्र it बनते, म्हणजेच त्या सवयी आपल्या जगण्याचा भाग बनून जातात. त्यामुळे सावधान!

जेव्हा देवाचे फुलपाखरू होते...

एका महिलेच्या पतीचे निधन झाले. तिच्याकडे असलेला उरलासुरला पैसाही पतीच्या अंत्यविधीसाठी खर्च झाला. या विधवा महिलेला एक लहान मुलगाही होता. आता चरितार्थ चालवण्यासाठी तिच्यावर काम करण्याची वेळ आली.

एके दिवशी तिला एक मोठ्या रकमेचे बिल मिळाले. ते बिल तिने यापूर्वीच भरले होते. मात्र, त्याची पावती तिला सापडत नव्हती. तिने देवाकडे प्रार्थना केली, ''हे देवा, तू सर्व जाणतोस. हे बिल मी भरल्याचेही तुला माहीत आहे. मात्र, मला पावती सापडली नाही, तर एवढी मोठी रक्कम मला पुन्हा द्यावी लागेल.''

काही दिवसांनी बिलाची वसुली करणारा माणूस तिच्या दारी आला. तिने एका आठवड्यात बिलाची रक्कम न दिल्यास कायदेशीर कारवाई करण्याचा इशाराच त्याने दिला. एका आठवड्याने जेव्हा तो पुन्हा तिच्याकडे आला, तोपर्यंत तिला पावती सापडलेली नव्हती. तिला भीती वाटली. पण मनामध्ये ती विधवा महिला प्रार्थना म्हणत होती.

''दीनबंधू दीनानाथ,
मेरी डोरी तेरे हाथ''

'दीनांचा कैवारी, दुःखितांचा वाली, परमेश्वरा, माझ्या आयुष्याची दोरी आता तुझ्याच हाती आहे', असा त्या प्रार्थनेचा अर्थ होता.

त्याचवेळी त्या खोलीत उडत उडत एक फुलपाखरू आले. पाठोपाठ त्या महिलेचा मुलगा फुलपाखराला पकडण्यासाठी धावला. ते फुलपाखरू आधी सोफ्यावर बसले व नंतर सोफ्याखाली गेले. त्या लहान मुलाला ते फुलपाखरू हवे होते. त्याने बिलाची वसुली करण्यासाठी आलेल्या

माणसाला सोफा हलवण्याची विनंती केली. तो जुना लाकडी वजनदार सोफा हलवल्यानंतर त्याखाली एक कागद आढळला. महिलेने तो कागद पाहिला, तिला आश्चर्याचा धक्का बसला. इतके दिवस ती शोधत होती, ती बिलाची पावती तिला सोफ्याखाली मिळाली होती. तिच्या प्रार्थनेला देवाने प्रतिसाद दिला होता. तिने देवाचे आभार मानले. हे देवा, तू कृपाळू आहेस आणि तुझी कृपादृष्टी अनंत आहे.

मला भंगारात टाकू नकोस

एक देवभक्त लोहाराला आयुष्यात अनेक दुःख आणि आजारांनी ग्रासले होते. त्याच्या ओळखीचा एकजण नास्तिक होता. त्याने लोहाराला एक दिवस विचारले, ''देव तुला इतकी दुःख आणि आजार देत असताना तू देवावर विश्वास कसा ठेवू शकतोस?''

लोहाराने शांतपणे उत्तर दिले, ''मला जेव्हा एखादे हत्यार बनवायचे असते, त्या वेळी मी एक लोखंडाचा तुकडा निवडतो व तो भट्टीत टाकतो. त्यानंतर, मी ऐरणीवर त्यावर घाव घालतो. तो मजबूत आहे का, याची पडताळणी करण्यासाठी मी हे सर्व करत असतो. तो यातून टिकला, तरच मी त्यातून काही उपयुक्त हत्यार बनवू शकतो. अन्यथा, मी तो तुकडा भंगारात फेकून देतो. त्यामुळेच मी देवाला पुनःपुन्हा प्रार्थना करतो की हे ईश्वरा, मला दुःखाच्या आगीत लोटून दिलेस तरी बेहत्तर, पण कृपया मला भंगारात फेकून देऊ नकोस.''

प्रार्थना इतकी सोपी नाही

एकदा एक संतप्रवृत्तीचा माणूस कारमधून जात असताना त्याला वाटेत एक भिकारी भेटला.

भिकारी त्याला म्हणाला, ''जर मीही संतप्रवृत्तीचा माणूस झालो, प्रार्थना केली तर मलासुद्धा कार मिळेल.''

''प्रार्थना करणे ही इतकी सोपी गोष्ट नाही.'' संतप्रवृत्तीचा माणूस म्हणाला. ''जर तू एकाग्रतेने *'तुन ठाकुर तुम पाई अरदास'* ही प्रार्थना म्हटलीस, तर ही कार मी तुला भेट देईन.''

''हे खूपच चांगले झाले.'' भिकारी आनंदाने म्हणाला.

त्याने आपले हात जोडले आणि डोळे मिटून तो मोठ्याने प्रार्थना म्हणू लागला.

''तुन ठाकुर तुम पाई अरदास,
जिया पिंड सब तेरी रास''

अचानक त्याने डोळे उघडले आणि विचारले, ''या कारबरोबर मला गॅरेजही मिळेल ना? नाहीतर मी ही कार कुठे ठेवणार?''

कुणीतरी खरंच म्हटलंय, की देवाला आपल्या प्रार्थनेच्या बाह्यरूपाशी देणेघेणे नसते. आपण कितीवेळा प्रार्थना म्हणतो, प्रार्थनेतील शब्दसौंदर्य कसे आहे, प्रार्थनेचे संगीत कसे आहे, ती किती श्रवणीय आहे, ती किती तर्कशुद्ध आहे, ती किती पद्धतशीरपणे मांडण्यात आली आहे, हे देव पाहात नाही. आपली प्रार्थनेतील तन्मयता किती आहे आणि ती किती मनापासून म्हटली आहे, हे देवासाठी महत्त्वाचे असते.

जर तुम्हाला आनंदी व्हायचे असेल...

एका स्त्रीच्या पतीचे निधन झाले. त्याच्यावर तिचे अतिशय प्रेम होते. त्याच्या निधनामुळे तिच्यावर दुःखाचा डोंगर कोसळला. पुढील अनेक महिने ती हसणे विसरून गेली. एके दिवशी खिडकीतून बाहेर पाहात असताना तिला रस्त्यावर दोन मुले दिसली. ती मुले अत्यंत गरीब दिसत होती. त्यांचे पाय अनवाणी होते आणि त्यांचे कपडे फाटलेले. ती तिच्या महालासारख्या घरातून बाहेर येऊन त्यांच्याजवळ गेली व त्यांना विचारले, ''तुमचे पालक कुठे आहेत?''

''आम्ही अनाथ आहोत.'' - मुलांनी उत्तर दिले.

''मग तुमची काळजी कोण घेते?'' - महिलेने पुन्हा प्रश्न केला.

मुले म्हणाली, ''शेजारीपाजारी आम्हाला कधीकधी खाण्यासाठी थोडे अन्न देतात. त्यामुळेच आम्ही जगू शकतो.''

महिलेला आपल्या दुःखाचा विसर पडला. ती त्यांना घेऊन जवळच्या एका मोठ्या दुकानात गेली आणि त्यांना म्हणाली, ''तुम्हाला जे पाहिजे, ते तुम्ही घेऊ शकता. कपडे, बूट, खाऊ, पाहिजे ते घ्या.''

तिच्या शब्दांवर मुलांचा विश्वास बसेना. ती हरखून गेली. तेथील एक एक वस्तू घेताना त्यांचा आनंद गगनात मावत नव्हता. हळूहळू त्या आनंदाने त्या स्त्रीच्या मनातही प्रवेश केला. ती तिचे दुःख विसरली आणि अनेक महिन्यांनी तिचा चेहरा स्मितहास्याने फुलून गेला.

आपण दुसऱ्यांना जितका आनंद देतो, त्याच्या कैकपटीने आनंद आपल्याला परत मिळतो.

तो तूच होतास

एकदा एक साधू रस्त्यावरून चालला होता. त्याचवेळी दरोडेखोरांची टोळी तिथे धडकली. त्यांनी त्या साधूला मारहाण केली. त्यामुळे तो बेशुद्ध पडला.

त्यानंतर काही वेळाने एक श्रीमंत माणूस त्या रस्त्यावरून जात होता. त्याने आपली कार थांबवली. त्या साधूला उचलून आपल्या घरी नेले आणि पेलाभर गरम दूध प्यायला दिले.

श्रीमंत माणसाने विचारले, ''स्वामीजी, तुम्हाला मघाशी रस्त्यावर कोणी मारहाण केली, ते सांगू शकाल का?''

साधू म्हणाला, ''ज्याने मला मारहाण केली, तोच मला आता दूध देत आहे.''

हे ऐकून श्रीमंत माणूस गोंधळात पडला. त्याने विचारले, ''स्वामीजी, मी तुम्हाला मारहाण कशी करू शकेन?'

साधू म्हणाला, ''देवच सर्व गोष्टींचा कर्ताधर्ता आहे. त्याने दरोडेखोरांकरवी मला मारहाण केली आता तो तुझ्याकरवी मला दूध देत आहे. त्याचा जयजयकार असो.''

डोके भादरायला नकार देणारा तरुण

१९४५ **मध्ये,** भगवद्‌गीता आणि भारतीय संस्कृती या विषयावर व्याख्याने देण्यासाठी आलेले आमंत्रण स्वीकारून साधू वासवानी जमशेदपूरला गेले होते. भारतातील पोलादाची राजधानी म्हणून ओळखल्या जाणाऱ्या अतिशय इहवादी जमशेदपूरमध्ये रोज संध्याकाळी इतक्या मोठ्या संख्येने लोक व्याख्यानासाठी उपस्थित राहणे हे आश्चर्य होते. उपस्थितांमध्ये स्त्रिया व पुरुष, प्रौढ व तरुण असे सर्वप्रकारचे लोक होते. त्यांच्यापैकी अनेकांच्या मनात देवाशी एकरूप होऊन साधेपणाने आयुष्य जगण्याची खरीखुरी प्रेरणा होती. त्यांच्यापैकी काहींनी साधू वासवानी यांना भेटून आपली अध्यात्मिक इच्छा बोलून दाखवली. त्यांच्यामध्येच एक तरुण माणूस होता. तो चांगल्या पारशी घराण्यामधील होता. त्याला टाटा आयर्न अँड स्टील कंपनीमध्ये मोठ्या हुद्द्यावर नोकरी होती. त्याचे डोळे तेजस्वी आणि चेहरा देखणा होता. त्याच्या बोलण्यात पिढ्यानपिढ्यांचे माधुर्य आणि तारुण्याचा जोश होता. तो नित्यनेमाने साधू वासवानींच्या व्याख्यानांना उपस्थित राहायचा. नेहमी तो पहिल्या रांगेत बसलेला दिसे.

एके दिवशी सकाळी लवकर तो साधू वासवानींकडे येऊन त्यांना म्हणाला, ''स्वामीजी, मला देवाचे दर्शन घडेल, असा आशीर्वाद द्या.''

साधू वासवानी यांनी उत्तरादाखल केवळ एक स्मित केले.

तो तरुण पुन्हा म्हणाला, ''स्वामीजी, मी काय करू ते मला सांगा.''

साधू वासवानींनी पुन्हा स्मित केले व ते म्हणाले, ''तुला ते आधीपासूनच माहीत आहे. शुद्ध आयुष्य जग. वासनेला थारा देऊ

नकोस. कोणत्याही सजीवाला हानी पोहचवू नकोस. सत्याचा भक्त हो. कोणत्याही गोष्टीची इच्छा बाळगू नकोस. देवाने जे दिले आहे, त्यामध्ये समाधानी राहा आणि त्याच्या नावाचा जप कर.''

''हे सर्व मी आधीपासूनच करत आहे.'' तरुण उद्गारला. ''परंतु, अद्याप मी देवापासून खूप दूर आहे. मला त्याचे मुखकमल पाहण्याची आस आहे.''

क्षणभर थांबून तो तरुण पुढे म्हणाला, ''श्री रामकृष्ण परमहंसांनी विवेकानंदांना आशीर्वाद दिला आणि विवेकानंदांना देवाचे दर्शन झाले. स्वामीजी, तुम्ही माझे रामकृष्ण आहात. मला खात्री आहे की तुम्ही मला देवाचे दर्शन घडवाल.''

''मी रामकृष्ण नाही.'' साधू वासवानी तातडीने म्हणाले. ''मी केवळ संतांची सेवा करू इच्छिणारा एक सेवक आहे.''

तरीही तो तरुण ऐकायला तयार नव्हता. ''मला माहीत आहे. तुम्ही माझ्यापासून लपवू शकत नाही. तुम्ही रामकृष्ण आहात आणि तुम्ही देवाचे दर्शन घडवू शकता.''

त्यानंतर, रोज तो तरुण यायचा आणि तीच विनंती करायचा, ''स्वामीजी, मला देवाचे दर्शन घडवण्याची भेट द्या.''

चौथ्या दिवशी साधू वासवानी म्हणाले, ''मी जे सांगेन, ते तू केलेस तर मी तुझा आहे.''

तरुण उत्साहाने म्हणाला, ''मी माझे आयुष्य तुम्हाला देण्यास तयार आहे. तुम्ही केवळ आज्ञा करा आणि मी ती पाळेन.''

''मी तुला एक छोटीशी गोष्ट करायला सांगणार आहे.'' साधू वासवानी म्हणाले. ''आता एका केशकर्तनालयात जा आणि डोके भादरून घे. त्यानंतर उद्या तुझ्या कार्यालयात जा. इतर सहकाऱ्यांना भेट आणि तसाच तुझ्या वरिष्ठांनाही भेट. त्यानंतर, संध्याकाळी माझ्याकडे ये. तेव्हा मी तुझ्यासाठी काय करू शकतो, ते मी पाहीन.''

हे शब्द एखाद्या विजेप्रमाणे त्या तरुणाच्या चेहऱ्यावर आदळले. 'टक्कल केल्यानंतर मी वरिष्ठांना चेहरा कसा दाखवू. आणि जरी मी

या दिव्यातून गेलो, तरी मला देव दिसेल याची खात्री काय? टक्कल केल्यानंतर मी किती मूर्खासारखा दिसेन!' त्याच्या दुसऱ्या दिवशी सायंकाळी तो तरुण आला नाही. त्यानंतरच्या व्याख्यानांना त्याची अनुपस्थिती डोळ्यांत भरणारी होती.

त्यानंतर काही काळाने साधू वासवानी यांनी त्या तरुणाचा दाखला देत सांगितले, "त्या तरुणाकडे अनेक चांगले गुण होते. मात्र, त्याने अहंभाव सोडला नव्हता. तो अहंभावच आपल्या आणि देवाच्या मध्ये येतो."

"देवाचे दर्शन घेण्यासाठी तुम्हाला तुमचा अहं विसरावा लागतो. तरच पाच हजार वर्षांपूर्वीच्या वृंदावनाममधील लहान गोपिकांप्रमाणे तुम्हाला त्याच्याशी नम्रतेने संवाद साधता येतो. त्या गोपिकांना आपल्या देहाचे भान नव्हते. त्यामुळेच मुरलीधराच्या बासरीतील मधुर संगीतावर त्या आनंदाने नाचू शकायच्या आणि त्याच संगीताने त्यांच्या डोळ्यांमधून अश्रूही वाहायचे."

"अहंभाव हा आपल्यासमोरील सर्वांत मोठा अडसर आहे. अहंभाव निमाला, की मगच दैवी प्रभा उजळते."

या, प्रार्थना करूया!

महान चित्रकार अल्बर्ट ड्युरर हा प्रसिद्ध होण्यापूर्वी उमेदीच्या कालखंडामध्ये गरीब आणि गरजू होता. त्याच्या एका मित्रालाही चित्रकार बनण्याची इच्छा होती. त्या दोघांनाही जाणवले की दोघेही कलेच्या जोपासनेमध्ये वेळ घालवत राहिले, तर त्या प्रयत्नातच त्यांची कारकीर्द संपून जाईल. त्यामुळे त्यांनी आपापसामध्ये एक करार केला. त्यानुसार, ड्युरर हा चित्रकलेचा अभ्यास करेल व त्या कालावधीत तो मित्र मजुरी करून दोघांच्या उदरनिर्वाहाची सोय करेल. त्यानंतर, ज्या वेळी ड्युररला आपल्या चित्रांमधून पैसे मिळू लागतील, त्या वेळी तो आपल्या मित्राची काळजी घेईल व त्याला चित्रकला शिकण्यासाठी सहकार्य करेल.

परंतु, ड्युरर यशस्वी झाला, त्या वेळपर्यंत त्याच्या मित्राचे हात मजुरी करून घट्ट बनले होते व तो चित्र काढू शकत नव्हता. मात्र, जगाला एक महान चित्रकार देण्यामध्ये महत्त्वाची भूमिका बजावता आल्याबद्दल तो मित्र आनंदी होता.

एके दिवशी प्रार्थनेवेळी आपल्या मित्राचे जोडलेले घट्ट हात पाहून ड्युरर म्हणाला, तुझ्या हातांनी गमावलेले कौशल्य मी तुला परत देऊ शकत नाही. परंतु, आता तुझे हात प्रार्थनेसाठी जसे जोडलेले आहेत, तशाच अवस्थेतील तुझ्या हातांचे चित्र काढून मी त्याप्रती माझी कृतज्ञता व्यक्त करेन.

याच प्रार्थनेसाठी जोडलेल्या हातांचे चित्र पुढे अजरामर झाले. त्या चित्राकडे पाहून सत्य, शिव आणि सुंदराच्या प्रेरणेने हृदय हेलावले नाही, अशी एकही व्यक्ती सापडणार नाही. ड्युररच्या मित्राचे नाव आज कोणाच्याही लक्षात नाही. मात्र, त्याच्या हातांचे, प्रार्थनेसाठी जोडलेल्या हातांचे चित्र अनेकांना मूकपणे हे सांगून जाते, या, आपणही प्रार्थना करूया!

संतांची कधी तक्रार नसते

ती रखरखीत उन्हाळ्यातील एक संध्याकाळ होती. राबिया तिच्या झोपडीबाहेर फाटलेल्या चटईवर बसली होती. तिला दिवसभरात पुरेसे अन्न मिळाले नव्हते. मात्र, देवभक्त असलेल्या राबियाला त्याचे काहीच नव्हते. ज्यांना आयुष्यापेक्षा देव अधिक प्रिय आहे, अशा खऱ्या भक्तांना भेटण्यासाठी देव तहानभूक, गरीबी व वेदना, दुःख व यातना या सर्वांच्या पुलावरूनच तर येतो. राबिया तिथे बसून देवाची भक्ती आळवण्यात तल्लीन झाली होती.

त्याचवेळी एक तरुण रस्त्याकडेने चालला होता. या संत महिलेला झोपडीबाहेर पाहून तो तरुण राबियाचे आशीर्वाद घेण्यासाठी वाकला. त्या तरुणाची शरीरयष्टी मजबूत होती. तो वाकल्यानंतर त्याच्या डोक्याला बांधलेली पट्टी राबियाला दिसली.

''ही पट्टी का बांधली आहेस?'' तिने विचारले.

''देवीजी, आज खूप कडकडीत ऊन होते. त्यामुळे माझे डोके दुखू लागले. त्यामुळे मी डोक्याभोवती ही ओल्या कापडाची पट्टी गुंडाळली आहे.'' त्या तरुणाने उत्तर दिले.

राबियाच्या चेहऱ्यावर उमटलेल्या स्मितरेषेत दुःखाची छटा होती.

''तुझे वय काय आहे?'' तिने त्या तरुणाला विचारले.

''मी नुकतीच वयाची तीस वर्षे पूर्ण केली आहेत.'' तो तरुण उत्तरला.

''आणि तू नेहमी आजारी पडतोस का?'' राबियाने विचारले.

''नाही. तुमच्या आशीर्वादाने माझी प्रकृती नेहमी चांगली असते. आज प्रथमच मला डोकेदुखीचा त्रास जाणवत आहे. तोही हलकासा असून काही वेळातच निघून जाईल.'' तरुण म्हणाला.

राबियाच्या डोळ्यांमध्ये अश्रू तरळले. ती तरुणाला म्हणाली, ''देवाने तुला तीस वर्षे उत्तम आरोग्य दिले, पण तू त्याची एकही खूण दाखवली नाहीस. आज तुला जराशी डोकेदुखी होत आहे, तर तू ही पट्टी बांधून देव किती दुष्ट आहे, हे जगासमोर जाहीर करत आहेस. ही पट्टी काढून टाक मित्रा. कारण, लोक तुला त्यामागचे कारण विचारतील आणि व्यर्थ माझ्या देवावर चुकीचे आरोप करतील.''

तू शूर आहेस का?

सेंट अँथनी यांच्या आयुष्यातील हा एक हेलावून टाकणारा प्रसंग आहे. देवाच्या भक्तीपोटी सेंट अँथनी वाळवंटात जाऊन राहिले होते. माणसांच्या गर्दीपासून दूर ते देवाच्या सहवासामध्ये आयुष्य जगत होते. तरीही देवाच्या कसोट्यांमधून त्यांची सुटका झाली नाही.

एक दिवस त्यांना अतीव दुःखाला सामोरे जावे लागले. त्या दुःखातून सावरल्यानंतर ते देवास म्हणाले, ''देवा, मी एवढ्या अतीव दुःखामध्ये असताना तू कोठे होतास?''

...आणि त्यांना देवाचा आवाज ऐकू आला. वत्सा, मी प्रत्येकवेळी तुझ्यासोबतच होतो आणि आताही मी तुझ्याजवळच आहे. तू किती शूर आहेस हे मला पाहायचे होते, म्हणून मी तुला दुःख दिले, एवढेच!

उद्धट मुलगी

एकदा अंजलीजवळ एक मुलगी आली. तिचा चेहरा उतरला होता आणि तिच्या शरीराला कंप सुटला होता. ती म्हणाली, ''माझ्या एका मैत्रिणीशी मी उद्धटपणे व खोटं बोलले. त्या वेळी माझा आवाजही आकाशातील विजेप्रमाणे कडाडत होता. आता मला ही चूक सुधारायची आहे. ती कशी सुधारता येईल?''

अंजलीने एक तांबड्या रंगाचा कागद उचलला. त्याने त्या कागदाचे चौसष्ठ तुकडे करून त्या मुलीला दिले आणि तो म्हणाला, ''जा, आणि खाली रस्त्यावर हे कपटे टाकून दे.''

त्याच्या सांगण्याप्रमाणे मुलीने ते कपटे रस्त्यावर टाकले. त्यानंतर लगेचच जोरदार वारा आल्याने ते कपटे इतस्ततः विखुरले गेले. त्यापैकी एकही कपटा नजरेस येईना. ती मुलगी परतल्यानंतर अंजली म्हणाला, ''बेटा, आता जा आणि ते कपटे पुन्हा घेऊन ये.''

ती मुलगी रस्त्यावर उतरली आणि तिने ते कपटे शोधले. परंतु, काही केल्या तिला एकही कपटा सापडेना. बराच वेळ शोधाशोध केल्यानंतर ती पुन्हा अंजलीकडे येऊन म्हणाली, ''मला एकही कपटा सापडला नाही.''

अंजली म्हणाला, ''तुमच्या मुखातून बाहेर पडलेले शब्दही असेच असतात. एकदा ते तुमच्या ओठांवरून बाहेर पडले की ते कायमचे हरवून जातात. त्यानंतर, काही केले तरी तुम्ही ते पुन्हा मिळवू शकत नाही.''

''त्यामुळे आपण बोलत असलेल्या शब्दांविषयी काळजी घ्या. तुम्ही जे बोलणार आहात, ते मौनापेक्षा प्रभावी असेल, तरच बोला.

अन्यथा शांत राहा. हा सोपा नियम पाळल्यास तुमच्यावर पश्चातापाची वेळ येणार नाही. आणि लक्षात ठेवा, जर तुम्ही सत्याच्या बाजूने असाल तर शांत राहा. कारण सत्य हे नेहमी शांत असते. जे वाचाळ असतात, ते सत्यापासून दूर जातात. जे सत्याशी एकरूप असतात, ते शांत असतात.''

एक सुईसुद्धा नाही

दुनीचंद हा एक श्रीमंत माणूस होता. गुरू नानक यांनी दुनीचंदला एक सुई दिली आणि त्याला स्वर्गात ती सुई परत करण्यास सांगितले.

क्षणभरही विचार न करता दुनीचंद तयार झाला.

घरी आल्यानंतर त्याने ती सुई आपल्या पत्नीकडे सोपवली व तो म्हणाला, ''ही सुई जपून ठेव. मी स्वर्गात गेल्यानंतर माझी गुरू नानक यांच्याशी भेट होईल. त्या वेळी मला ही सुई त्यांना परत करायची आहे.''

पत्नीने आश्चर्याने विचारले, ''तुम्ही हे कसे करणार आहात? तुम्ही स्वर्गात जाताना एखादी वस्तू स्वतःसोबत कशी घेऊन जाऊ शकाल?''

त्या वेळी दुनीचंदच्या डोक्यात प्रकाश पडला. तो गुरू नानक यांच्याकडे परतला व म्हणाला, ''कृपा करून ही सुई परत घ्या. मी या जगातून जाताना काहीही नेऊ शकणार नाही.''

गुरू नानक यांनी कृपाळू नजरेने त्याच्याकडे पाहिले व ते म्हणाले, ''दुनीचंद, जर हे तुला समजले आहे, तर तुझ्या लाखो रुपयांचा तुला काय उपयोग? आणि तू आणखी पैशांची इच्छा करतो आहेस! तुझ्या अटळ प्रवासासाठी तू कधी तयार होशील?''

गुरुंच्या या संदेशाने दुनीचंदचे हृदयपरिवर्तन झाले. त्याने गुरूंचे पाय धरले व तो म्हणाला, ''मी स्वतःला अखेरच्या प्रवासामध्ये मोकळ्या हातांनी जाताना पाहतो आहे. कृपया मला सांगा की मी काय करू?''

गुरू नानक म्हणाले, ‘‘हरिनामाचा जप कर आणि तुझे लाखो रुपये दुःखीजनांची सेवा करण्यासाठी खर्च कर.’’

ते देवावर सोडून द्या

एक श्रीमंत माणूस सदैव चिंतित असायचा. त्याच्याकडे जगातील प्रत्येक गोष्ट होती, परंतु त्याचे मन समाधानी नव्हते. देवावरील श्रद्धेचे महत्त्व जाणणारा त्याचा एक नोकर होता.

एके दिवशी त्या नोकराने आपले मालक अतिशय चिंताग्रस्त असल्याचे पाहिले. तो त्यांना म्हणाला, ''मालक, तुमच्या जन्मापूर्वी देव हे जग चालवत होता, हे खरे नाही का?''

''हो.'' मालक म्हणाला.

''तुम्ही हे जग सोडून गेल्यानंतरही देव हे जग चालवेल, हेसुद्धा खरे आहे ना?''

''हो. खरे आहे.'' मालक पुन्हा म्हणाला.

नोकर म्हणाला, ''मग, तुम्ही इथे असताना जग चालवण्याची जबाबदारी तुम्ही देवावर का सोपवत नाही?''

एडिसन यांचा पुनश्च हरिओम

महान शास्त्रज्ञ थॉमस एडिसन यांच्या प्रयोगशाळेस १९१४ साली आग लागली. त्या आगीत त्यांची वीस लाख डॉलर्स किमतीची उपकरणे जळली व त्याचसोबत त्यांचे इतक्या वर्षांचे दस्तावेजही जळून खाक झाले.

एडिसन यांचा मुलगा चार्ल्सने आपल्या वडिलांना आगीजवळ उभे राहिलेले पाहिले. त्यांचे पांढरे केस वाऱ्यावर उडत होते. आपल्या वृद्ध वडिलांना या अवस्थेत पाहून चार्ल्सला अतीव दुःख झाले. एडिसन यांनी चार्ल्सकडे पाहिले आणि ते मोठ्याने ओरडले, ''तुझी आई कोठे आहे? तिला येथे घेऊन ये. तिला पुन्हा आपल्या आयुष्यात असे दृश्य पाहायला मिळणार नाही.''

दुसऱ्या दिवशी सकाळी एडिसन राखेमधून वाट काढत चालत होते. ती त्यांच्या आशा व स्वप्नांचीच राख होती. अचानक ६७ वर्षीय एडिसन म्हणाले. ''या आगीचे महत्त्व फार मोठे आहे. या आगीमुळे इतक्या वर्षांत माझ्याकडून झालेल्या चुका जळून खाक झाल्या. त्याबद्दल देवाचे आभारच मानायला हवेत. आता आपण नव्याने सुरुवात करू शकतो.''

या माणसाने आयुष्य आणि त्यातील घटनांविषयी सकारात्मक दृष्टिकोन बाळगला होता.

ईश्वराची इच्छा

एका महान गुरूच्या अनुयायावर एकदा लोकांनी हल्ला केला. त्यांनी त्याला मारहाण केली, त्याच्यावर थुंकले, त्याला दगड फेकून मारले, त्याचे कपडे फाडले, त्याला शिवीगाळ केली. तरीही त्या अनुयायाच्या चेहऱ्यावर स्मितहास्य होते.

एक माणूस त्याला म्हणाला, ''तुझे गुरू कोठे आहेत? तुला सर्वाधिक गरज असताना त्यांनी प्रकट होऊन चमत्कार का दाखवला नाही?''

अनुयायाने शांतपणे उत्तर दिले, ''असे वागवण्यात आल्यानंतरही मला स्वर्गात असल्याचा भास होत आहे. यापेक्षा मोठा चमत्कार कोणता असू शकेल?''

विचारणारा माणूस आश्चर्यचकित झाला. ''तुला जी वागणूक मिळाली आहे, त्यावरून मला तू नरकात असल्याप्रमाणे वाटतो आहेस. कोठे आहे तुझा स्वर्ग?'' तो म्हणाला.

अनुयायाने पुन्हा स्मितहास्य करून उत्तर दिले, ''माझा स्वर्ग हा माझ्या हृदयात आहे आणि तो माझ्यापासून कोणीही हिरावून घेऊ शकत नाही. माझ्या शरीराचे जरी तुकडे करण्यात आले, तरी मी या अक्षय आनंदात रममाण राहीन.''

त्या माणसाने विचारले, ''तुझ्या या आनंदाचे रहस्य काय?''

अनुयायी म्हणाला, ''मी ईश्वराच्या इच्छेपुढे झुकतो. त्याच्या इच्छेमध्येच माझे परमसुख सामावले आहे. देवाचे माझ्यावर प्रेम आहे आणि माझे देवावर.''

जो माणूस देवाच्या इच्छेपुढे झुकतो आणि देवाच्या भक्तीमध्येच

जगतो, त्याच्यासाठी सर्वकाही शुभ असते. त्याच्यासाठी हे ठिकाण आणि ही वेळ स्वर्ग असते आणि हा स्वर्ग त्याच्यासाठी कायम राहणार असतो.

अत्तार या महान सुफी संताने अशा लोकांचे यथार्थ वर्णन केले आहे,

नियतीपासून दूर पळणे हा त्यांच्यासाठी गुन्हा असतो,
कारण नियती त्यांच्यासाठी नेहमीच गोड असते,
त्यांच्यासाठी येणारा प्रत्येक क्षण स्वागतार्ह असतो,
आगीचेही त्यांच्यापुढे पाणीपाणी होते,
आणि विषही त्यांच्या ओठांवर पोहोचताच साखर बनून जाते,
त्यांनी तुडवलेला चिखल म्हणजे लखलखते हिरे असतात,
संकटे येवोत वा सुबत्ता, त्यांच्यासाठी दोन्हीही सारखीच असतात,
ते आणि त्यांचे राज्य देवाच्या पवित्र्यात सामावून गेलेले असते.

बंदिवान राजाचे गीत

एका महान सम्राटाच्या सैन्याने केलेल्या आक्रमणात एका लहानशा राज्याचा राजा बंदिवान झाला. त्या राजाला साखळदंडांनी बांधून त्याच्या राजधानीतील रस्त्यांवरून फिरवण्यात आले. त्या वेळी चालतानाही तो राजाचा आब राखून होता. त्याने जाणतेपणाने राज्यकारभार केला होता. त्याच्या मनात सर्वांविषयी प्रेम आणि करुणा होती.

राजा चालत असताना एक गरीब माणूस त्याच्याजवळ आला आणि म्हणाला, ''महाराज, मी भुकेला आहे. मला काहीतरी खायला द्या.''

राजाने आपले खिसे चाचपले. त्याला त्यामध्ये पन्नास रुपये सापडले. त्याने ते सर्व त्या गरीब माणसाला दिले आणि तो म्हणाला, ''राजाने पन्नास रुपयांपेक्षा कमी मदत करणे शोभत नाही.''

आता राजाजवळ काहीही राहिले नव्हते. मात्र, गरीब माणसाला मदत करता आल्यामुळे राजा आनंदी होता. समाधानी मनाने राजा गीत गुणगुणू लागला.

''तुमचे हृदय जगाला देऊन नका.
जगाची सत्ता आणि इथले महाल खोटे व क्षणभंगुर आहेत.
तुमचे हृदय देवाला द्या,
आणि सदैव दीनदुबळ्यांचे सेवक व्हा!''

काकांना काय देशील?

ही सिंगापूर येथे घडलेली कथा आहे. अंजली एक दिवस समुद्रकिनारी फिरत होते, त्यावेळी त्यांना एक चिनी महिला दिसली. ती व तिची मुलगी शिंपले वेचत होत्या. त्या शिंपल्यांमधील सजीव अद्याप जिवंत होते.

अंजली त्या चिनी महिलेजवळ जाऊन त्यांच्या मधूर आवाजात म्हणाले, ''तू या शिंपल्यांचे काय करणार आहेस?''

''मी ते तळून माझ्या सूपमध्ये टाकणार आहे.'' - चिनी महिलेने उत्तर दिले.

हे ऐकून अंजली दुःखी झाले. ते त्या महिलेला म्हणाले, 'या सजीवांनाही आपल्याइतकेच जीवन प्रिय आहे, असे तुला वाटत नाही का?''

त्या महिलेने काही क्षण त्यांच्याकडे पाहिले व ती म्हणाली, ''हो. तुम्ही म्हणता ते खरे आहे.''

''मग तू त्यांना का मारत आहेस?'' अंजलींनी विचारले. ''त्यापेक्षा त्यांना जगू दे. सजीवांना मारण्यापेक्षा त्यांना जगू देणे कधीही श्रेष्ठ आहे.''

''देवाने या सजीवांना माणसांसाठी बनवले आहे.'' ती महिला उत्तरली. ''आणि मी हे शिंपले माझ्या काकीसाठी घेऊन चालले आहे. मी तिच्यासोबत राहाते.'' ती महिला सिंगापूरमध्ये पर्यटक म्हणून आली होती.

''मग तुझ्या काकांना तू काय देशील?'' अंजली विनंतीच्या सुरात म्हणाले. त्यांचा दुःख व करुणेने भरलेला आवाज त्या महिलेला स्पर्शून गेला. काहीशा अनिच्छेनेच ती म्हणाली, ''ठीक आहे. मी तुम्हाला

यातील अर्धे शिंपले देईन आणि उरलेले अर्धे मी माझ्या काकीसाठी घेऊन जाईन.''

अंजली यांनी आपले रिकामे पात्र तिच्यासमोर धरले व ते म्हणाले, ''तुझी जितकी इच्छा असेल, तितके शिंपले तू मला देऊ शकतेस.''

महिलेने काही शिंपले त्या पात्रात टाकले. त्यानंतर आपले कपडे ओले होण्याची पर्वा न करता अंजली समुद्रामध्ये उतरले आणि त्यांनी सावकाश ते शिंपले पुन्हा पाण्यात सोडून दिले. त्या वेळी त्यांच्या ओठांवर प्रार्थना होती. ''माझ्या लहान बांधवांनो, देव तुमचे कल्याण करो आणि तुम्हाला सदैव आनंद मिळो.''

आपण इतर सजीवांशी फार असंवेदनशील पद्धतीने वागतो. 'प्रत्येक जीव हा पवित्र आहे', अशी साधू वासवानी यांची शिकवण आहे. ते म्हणायचे, ''सर्व सजीव हे एकाच निर्मितीचा भाग आहेत. निर्मितीच्या या एका कुटुंबामध्ये पक्षी आणि प्राणी, मासे आणि कोंबड्या, सर्व सजीव जे आपल्याप्रमाणे श्वास घेतात, ते माणसाचे बंधुभगिनी आहेत. त्यांची काळजी घेणे, त्यांची रक्षा करणे, त्यांच्यावर प्रेम करणे हे मानवाचे कर्तव्य आहे. आपल्याला हे हात हानी पोहचवण्यासाठी, कत्तल करण्यासाठी नाही, तर मदत करण्यासाठी, दुसऱ्याची जखम भरण्यासाठी, आशीर्वाद देण्यासाठी मिळाले आहेत. हे हात संहारासाठी नसून जीव वाचवण्यासाठी आहेत. आपल्याला हृदय हे द्वेष करण्यासाठी नाही, तर प्रेम करण्यासाठी मिळालेले आहे. मानव हा जितका सजीवांचा रक्षक बनेल, तितकीच या सृष्टीची निर्मितीही त्याच्यासोबत उत्क्रांत होईल.''

प्रेम व हास्य

तो **ख्रिस्ताच्या सुरुवातीच्या** अनुयायांपैकी एक होता. ज्या काळात ख्रिस्ताचा अनुयायी बनणे हे साक्षात छळ व मृत्यूला आमंत्रण देण्यासारखे होते, त्याच काळात तो ख्रिस्ताचा अनुयायी बनला होता. त्याच्या मनात भय नव्हते. तो एक साधा शेतकरी होता. शेतात घाम गाळून तो गुजराण करायचा. जमीन नांगरत असतानाही त्याच्या मनात ख्रिस्ताचाच जप सुरू असायचा. ख्रिस्ताच्या प्रेमापोटीच तो नांगरणी करायचा. त्याच्या शेतात उदंड पीक आले होते. त्यातील थोडे पीक स्वतः साठी ठेवून त्याने उर्वरित सर्व गोरगरिबांना वाटून टाकले. गोरगरिबांच्या चेहऱ्यामध्येच त्याला आपल्या ख्रिस्ताचा तेजस्वी चेहरा दिसायचा. अन्न व निवाऱ्याची गरज असणाऱ्यांसाठी त्याचे घर सदैव खुले होते. अनेक यात्रेकरू व वाटसरू त्याच्याकडे येत होते. तो त्यांना अन्न तर द्यायचाच, पण त्यासोबत त्यांच्यावर विशाल मनाने मायाही करायचा.

काही दिवसांनी त्याच्या ख्रिस्ताविषयीच्या भक्तीचा सुगावा तत्कालीन सरकारला लागला. सरकारने त्याला मारण्यासाठी सैनिक पाठवले. ते सैनिक सूर्यास्तानंतर त्याच्या गावी पोहोचले. त्यांना रात्री राहण्यासाठी निवारा आणि खाण्यासाठी अन्न हवे होते. या गावात सर्वांचे आदरातिथ्य करणारा केवळ एकच माणूस आहे, असे त्यांना समजले. ते त्या माणसाकडे गेले. यालाच मारण्यासाठी आपण आलो आहोत, याची सैनिकांना कल्पना नव्हती. त्या माणसाने त्यांचे मनापासून स्वागत केले. त्यांना खाण्यासाठी अन्न दिले. जेव्हा त्याने सैनिकांना गावात येण्याचे प्रयोजन विचारले, त्या वेळी त्याला ते आपल्यालाच मारण्यासाठी आले आहेत, हे त्याला समजले. तरीही त्याने आपली ओळख त्यांच्याजवळ

उघड केली नाही. त्याने सैनिकांना ती रात्र आपल्याच घरात काढण्यास सांगितले. त्यानंतर, त्याने त्यांच्यासाठी बिछाने अंथरले, त्यांना काय हवे-नको ते पाहिले आणि त्यांच्या झोपण्याची व्यवस्था केली.

ते झोपी गेल्यानंतर तो माणूस पळून गेला नाही. तो बाहेर गेला आणि त्याने स्वतःसाठी कबर खोदली. तो मृत्यूला घाबरत नव्हता. विवाहदिनी असणाऱ्या नववधूइतकाच तो आनंदी होता. देवाची भेट होण्यासाठी तो आतुर झाला होता. रात्रभर तो ख्रिस्ताचा नामजप करत जागा राहिला.

दुसरा दिवस उजाडल्यानंतर त्याने सैनिकांना सांगितले, "तुम्ही ज्याला मारण्यासाठी आला आहात, तो मीच आहे. माझे शिर तुमच्यासमोर आहे. तुम्ही तुमचे कर्तव्य बजावू शकता." त्या सैनिकांना एवढ्या चांगल्या माणसाला मारण्याचा विचार सहन होत नव्हता. त्यांनी त्याला पळून जाण्याची संधी दिली. त्यावेळी तो म्हणाला, "बंधूंनो, घाबरू नका. तुम्ही माझ्या सामान्य व अपात्र मस्तकावर हौताम्याचा मुकुट चढवणार आहात. मी प्रिय येशू ख्रिस्ताच्या भक्तीपोटी मरण पत्करत आहे." सैनिक त्याला मारण्याची तयारी करत होते, त्या वेळी त्यांच्याही डोळ्यांत अश्रू होते. त्या माणसाचा चेहरा मात्र तेजस्वी होता. तो मृत्यूला घाबरत नव्हता. उलट मृत्यूचा चेहरा पाहिल्यानंतरही तो हसत होता. जेव्हा सैनिकांनी त्याला आयुष्याचे रहस्य विचारले, त्या वेळी तो म्हणाला, "रहस्य खूप सोपे आहे. मी प्रेम केले आणि चेहऱ्यावर सदैव हास्य ठेवले. प्रत्येक क्षण मी देवाच्या चिंतनात व्यतीत केला. देवाची शिकवण दैनंदिन आयुष्यात आमलात आणण्यासाठी मी प्रयत्न केले. त्यामुळेच मला भरपूर प्रेम मिळाले. हे प्रेम कोणीही माझ्यापासून हिरावून घेऊ शकत नाही."

अबू म्हणजे साक्षात संयम!

अबू उस्मान अल-हारी हा कधीही संयम न ढळणारा व्यक्ती म्हणून प्रसिद्ध होता. एक दिवस एका माणसाने त्याला मेजवानीसाठी बोलावले.

अबू पोहोचल्यानंतर तो यजमान त्याला म्हणाला, ''तुला येथे बोलावल्याबद्दल मला माफ कर. कृपया परत जा. देवाची कृपादृष्टी सदैव तुझ्यावर राहो.''

अबू उस्मान मनात कोणतीही कटुता न बाळगता परत आला. तो यजमान अबूचा पाठलागच करत होता. परतल्यानंतर त्याने पुन्हा अबूला मेजवानीचे आमंत्रण दिले. अबू एक शब्दही न उच्चारता पुन्हा त्याच्यासोबत गेला. दारापर्यंत पोहोचताच यजमानाने पुन्हा अबूला थांबवले व मेजवानी न देताच अबूची माफी मागून त्याला परत पाठवले.

अबू कोणतीही तक्रार न करता पुन्हा घरी परतला. हे नाटक आणखी काहीवेळा असेच सुरू राहिले. परंतु, प्रत्येकवेळी अबू उस्मान मनातून तितकाच शांत होता. अखेर यजमान त्याला म्हणाला, ''अबू उस्मान मी केवळ तुझा संयम पडताळण्यासाठी असे वागलो आणि तू स्वतःला सिद्ध केलेस. तू खरा देवमाणूस आहेस. मी तुझ्यासमोर नतमस्तक आहे. मला तू आशीर्वाद दे.''

''माझी प्रशंसा करू नकोस.'' अबू म्हणाला. ''माझ्या वर्तनामुळे केवळ माझ्यात व कुत्र्यामध्ये कोणताही फरक नाही, इतकेच सिद्ध झाले. कुत्राही आपण बोलावल्यानंतर जवळ येतो आणि हटकल्यानंतर दूर जातो.''

देवाने कशावर विश्वास ठेवावा?

एक कुटुंब भोजनासाठी टेबलाजवळ बसले होते. वडिलांनी प्रार्थना सुरू केली. ''देवा, आम्हाला हे सुग्रास अन्न दिल्याबद्दल आम्ही तुझे आभारी आहोत. आम्ही प्रसाद म्हणून हे अन्न स्वीकारतो. या अन्नामधून मिळणारी उर्जा आम्ही तुझ्या सेवेमध्ये, साधूसंतांच्या सेवेमध्ये आणि गरीब व वंचितांच्या सेवेमध्ये खर्च करावी, असा आम्हाला आशीर्वाद दे. तुझ्या नामाचा जयजयकार असो.''

जेव्हा अन्न वाढले जात होते, त्या वेळी मात्र वडील तक्रार करू लागले. अन्नाच्या दर्जाविषयी नापसंती व्यक्त करून त्यांनी ते अन्न बेचव असल्याचेही सांगितले. ते अजिबात खूष नव्हते. त्यांची पाच वर्षांची लहान मुलगी त्यांना म्हणाली, ''बाबा, आपण जे काही बोलतो ते देवाला ऐकू येते, हे खरे आहे का?''

''हो बेटा, हे खरे आहे.'' वडील म्हणले.

''मग, देवाने आपली प्रार्थनाही ऐकली असेल.'' लहान मुलगी म्हणाली.

''हो. नक्कीच.''

''मग बाबा मला सांगा, देव नक्की कशावर विश्वास ठेवेल?'' त्या निरागस मुलीने प्रश्न केला.

त्यावर तिच्या वडिलांकडे उत्तर नव्हते. आपल्या प्रार्थनेतील आणि वागण्यातील विसंगती त्यांच्या लक्षात आली.

आपले शब्द आणि आपले वर्तन हे आपल्या प्रार्थनेशी सुसंगत आहे का?

धुरामुळेच घडले सारे

एकदा दोघेजण समुद्रातून एका जहाजातून जात असताना ते जहाज फुटले. कसेबसे ते दोघे एका निर्जन बेटावर पोहोचले. तेथील झाडांच्या फांद्या आणि पानांपासून त्यांनी एक तात्पुरती झोपडी तयार केली.

त्यांच्यापैकी एकजण हा नास्तिक, तर दुसरा देवभक्त होता. 'जे काही घडते ते भल्यासाठीच' याच्यावर देवभक्त माणसाचा विश्वास होता. नास्तिक माणसाला ते मान्य नव्हते. तो भक्तावर ओरडत असे. तरीही ते एकमेकांसोबत राहात होते.

दररोज ते समुद्रकिनारी जाऊन हात हलवत खाणाखुणा करायचे. जवळून जाणाऱ्या एखाद्या जहाजाचे लक्ष त्यांच्याकडे गेले, तर त्यांची सुटका होऊ शकते अशी त्यांना आशा होती. मात्र, दररोज संध्याकाळी ते तसेच आपल्या झोपडीकडे परतत.

एका संध्याकाळी ते परतले, तेव्हा आपली झोपडी जळून खाक झाल्याचे त्यांच्या लक्षात आले. नास्तिक माणूस यामुळे भलताच उखडला आणि त्याने सर्व सृष्टीला शिव्याशाप देण्यास सुरुवात केली. भक्त माणूस त्याला म्हणाला, ''मित्रा, निराश होऊ नकोस. यामधूनही नक्कीच काहीतरी चांगले घडणार असेल. देव आपल्यासोबत काहीतरी चांगलेच करेल. यावर नास्तिक माणूस चिडून ओरडला, तू आणि तुझा देव! तुमच्या दोघांशीही मला काही देणेघेणे नाही.''

दुसऱ्या दिवशी सकाळी ते समुद्रकिनारी पोहोचले, तेव्हा एक जहाज त्यांची वाट पाहात होते. त्या जहाजाच्या कप्तानाने सांगितले की काल तो जवळून जात असताना त्याला या बेटावरून धूर येत असलेला दिसला.

त्यामुळे कोणीतरी मदतीच्या प्रतीक्षेत आहे, असे त्याला वाटले. श्रद्धा ही मनःचक्षूंमधून पाहात असते. जो कोणी देवासमोर नतमस्तक होतो, त्याची काळजी देव घेतो यावर भक्त माणसाचा विश्वास होता. तो जेथे जाईल, तेथे देव मदत पुरवत असतो. फक्त देवाचे मदतीचे मार्ग गूढ असतात.

वर्तुळ फिरते ठेवा!

एक जोडपे मूल दत्तक घेण्यासाठी एका अनाथालयामध्ये गेले. तेथे फिरताना त्यांना एक दहा वर्षांचा मुलगा दिसला. तो मुलगा त्यांना पाहताक्षणीच आवडला. ते त्याला म्हणाले, ''आम्ही तुला खेळणी, गोष्टींची पुस्तके, कपडे आणि टीव्ही देऊ.''

मुलाला मात्र या गोष्टींमध्ये काहीच स्वारस्य नसल्याचे दिसत होते.

ते जोडपे पुढे म्हणाले, ''सांग, तुला काय पाहिजे?''

तो लहान मुलगा म्हणाला, ''मला खेळणी, कपडे, गोष्टींची पुस्तके वा टीव्ही नको. मला केवळ कोणीतरी माझ्यावर वात्सल्य करणारे हवे आहे.''

कोणीतरी आपल्यावर प्रेम करावे, ही प्रत्येक मानवी मनाचीच ही मूलभूत गरज नाही का? तथापि, आपण कोणावर तरी प्रेम केल्याशिवाय आपल्याला प्रेम मिळत नाही, हा विरोधाभासच आहे. तुम्ही इतरांवर जे प्रेम करता, तेच प्रेम परतून तुमच्याकडे येते. प्रेम हे वर्तुळाकार फिरत असते. त्यामुळे आपण हे वर्तुळ फिरण्यासाठी प्रयत्न करायला हवेत!

निर्भय स्वामी

स्वामी विवेकानंदांच्या आयुष्यातील हा एक हेलावून टाकणारा प्रसंग आहे. ते अमेरिकेत असताना भारतातील ऋषी आणि संत यांच्या विद्वत्तेवर मोठ्या समुदायासमोर व्याख्याने देत होते. संतपदाचा मार्ग हा दुबळ्या माणसांचा नाही. जे निर्भय आहेत व मृत्यूसकट कोणत्याही संकटांचा सामना करण्याची ज्यांच्यामध्ये क्षमता आहे, अशा खऱ्याखुऱ्या नायकांचा हा मार्ग आहे, असे स्वामी सांगत.

काही तरुणांनी स्वामींची परीक्षा घ्यायची ठरवली. अनेकजण खूप चांगले प्रवचन देतात. दुर्दैवाने प्रत्यक्ष आयुष्यात मात्र ते आपल्याच शिकवणीचे आचरण करत नाहीत. स्वामी विवेकानंदही त्याच वर्गात मोडतात का, हे त्या तरुणांना पाहायचे होते. त्यांनी स्वामींना एक व्याख्यान देण्यासाठी निमंत्रित केले. स्वामी आनंदाने त्या कार्यक्रमास गेले. तेथे त्यांनी देवावरील श्रद्धा हेच खऱ्या आयुष्याचे रहस्य असल्याचे सांगितले. ज्याची श्रद्धा अढळ असते, तो माणूस निर्भय असतो, तो कोणत्याही अडचणी व संकटाचा सामना करू शकतो, असे स्वामी म्हणाले.

त्याचवेळी अचानक तेथे पिस्तुलातून गोळी झाडल्याचा आवाज झाला. गोळी स्वामींच्या अगदी जवळून, कानाला चाटून गेली. त्या सभागृहात हलकल्लोळ माजला. अनेक पुरुष पळून गेले, स्त्रिया भीतीने थरथर कापू लागल्या. काहीजणी तर भोवळ येऊन बेशुद्ध पडल्या. त्या सर्व गोंधळामध्ये केवळ एक माणूस दगडाप्रमाणे निश्चल आणि सिंहाप्रमाणे निडर उभा होता. ते स्वामी विवेकानंद होते. जी गोळी त्यांच्यासाठी नव्हती, ती त्यांना स्पर्श करू शकणार नव्हती आणि जी गोळी त्यांच्यासाठी होती, ती हजारो सुरक्षारक्षकांचे कडे भेदूनही त्यांना शोधत आली असती, हे त्यांना माहीत होते.

लवकरच गोळ्या थांबल्या. स्वामी मिनिटभरापूर्वी ज्या ठिकाणी बोलायचे थांबले होते, तोच धागा पकडून त्यांनी आपले व्याख्यान पुढे सुरू केले. हळूहळू लोक पुन्हा सभागृहात जमले. भोवळ आलेल्या महिला स्थिरस्थावर झाल्या. प्रत्येक गोष्ट पूर्वपदावर आली आणि काही अनुचित घडल्याची कोणतीच खूण तेथे शिल्लक राहिली नाही.

व्याख्यानानंतर काही तरुण स्वामी विवेकानंदांना भेटायला आले. आम्हाला क्षमा करा. ते स्वामींना म्हणाले. ''तुम्ही किती निर्भय आहात, हे पाहण्यासाठीच आम्ही गोळ्या झाडल्या होत्या. मात्र, तुमची श्रद्धा आणि धैर्य पाहून आम्हाला आमच्या कृत्याची लाज वाटते आहे.''

राधा कृष्णाला प्रिय का?

एकदा श्रीकृष्ण आजारी पडला. त्याचे कोवळे शरीर तापाने फणफणले. त्याच्यावर कोणत्याच औषध व मंत्राचा परिणाम होत नव्हता.

त्याची आई यशोदा चिंतातुर झाली. तिने कृष्णाला विचारले, ''माझ्या प्रिय श्याम बेटा, आम्ही शक्य ते सर्व प्रयत्न करून पाहिले परंतु, तुझा ताप वाढतोच आहे. सांग, तुझी प्रकृती बरी होण्यासाठी आम्ही काय करू?''

कृष्ण हसून म्हणाला, ''केवळ एका गोष्टीमुळे मला बरे वाटू शकते.''

''ती कोणती गोष्ट आहे सांग. कोणत्याही विलंबाविना मी ती हजर करेन.'' यशोदा म्हणाली.

कृष्णाने सांगितले, ''आई, ज्याचे माझ्यावर खूप मनापासून प्रेम असेल, त्याची पायधूळ माझ्या मस्तकी लावल्यास मी बरा होईन.''

''ही तर सोपी गोष्ट आहे.'' यशोदा म्हणाली. ''आजूबाजूला अनेक गोपी व गोपिकांचे तुझ्यावर जीवापाड प्रेम आहे. मी लवकरच तुला जे हवे ते घेऊन येईन.''

यशोदा बाहेर पडली. ती एका गोपिकेच्या घरी गेली. गोपिकेने तिचे स्वागत करून विचारले, ''आई, मी तुमच्यासाठी काय करू शकते?''

यशोदेने तिला कृष्णाची अवस्था सांगितली आणि तिच्याकडे पायधूळ मागितली. ही विचित्र मागणी ऐकून गोपिकेच्या चेहऱ्यावरील भाव बदलले. ती म्हणाली, ''आई, माझ्या प्रिय श्यामसाठी मी काहीही करायला तयार होईन, हे तुम्ही जाणता. त्याच्यासाठी मी आनंदाने माझे आयुष्यही द्यायला तयार आहे. परंतु, तुम्ही मागता आहात ते मी देऊ

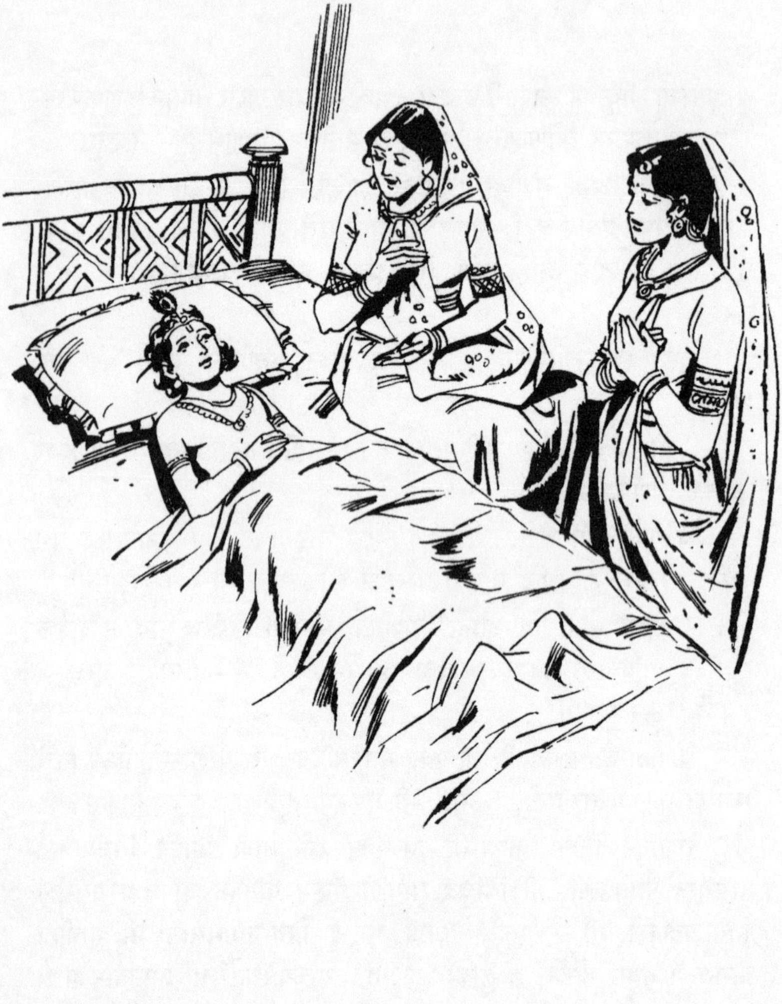

शकणार नाही. कारण भक्ताच्या पायाची धूळ त्याच्या देवाच्या मस्तकी लावल्यास तो भक्त नरकात जातो, असे पुराणात म्हटले आहे.''

यशोदा त्यानंतर अनेक घरे फिरली. ती कृष्णाचे भक्त असलेल्या अनेक गोपी व गोपिकांना भेटली. ते सर्व तिला म्हणाले, जर श्रीकृष्णाने त्यांचे शिर मागितले, तर ते आपल्या हातांनी स्वतःचे शिर कापून आनंदाने त्याच्या चरणी ठेवतील. मात्र, ज्याची शिक्षा नरकात जाणे आहे, असा गुन्हा ते कधीही करणार नाहीत.

अखेरीस यशोदा राधेला भेटली. तिने राधाकडेही तीच मागणी केली. राधा तिला म्हणाली, ''आई, माझे सर्वकाही श्यामचेच आहे. पायाची धूळ असो वा मस्तकीचा मुकुट, तुम्हाला जे पाहिजे ते तुम्ही घेऊ शकता. प्रत्येक गोष्ट कृष्णालाच समर्पित आहे.''

यशोदेने आश्चर्याने विचारले, ''राधा, तुला याचा अर्थ माहीत आहे का? जो कोणी कृष्णाला आपल्या पायाची धूळ देईल, त्याला नरकात स्थान मिळेल.''

राधाने शांतपणे उत्तर दिले, ''माझ्या प्रिय कृष्णासाठी मला नरकात जावे लागले, तर तो मी आशीर्वादच समजेन. माई, ही पायधूळ घेऊन जा. विलंब करू नका. यामुळे कृष्ण बरा होणार असेल, तर शंभर नरकांच्या यातनाही मी आनंदाने भोगेन.''

यशोदेच्या तोंडून शब्द फुटेना. ती आश्चर्याने राधेकडे बघतच राहिली. मग यशोदेने तिची पायधूळ जमा केली व ती स्वगृही परतली. ती आली, तेव्हा श्रीकृष्ण पलंगावर नव्हता. तो उठून दुधाची हंडी फोडत व लोणी खात होता. यशोदाला कळून चुकले की तापाचे सोंग ही कृष्णाचीच लीला होती. त्यानंतर, कोणीही, राधा कृष्णाला इतकी प्रिय का आहे, असे विचारले नाही.

प्रेमाचा नियम हा दुःखाचा व त्यागाचा नियम आहे. तुम्ही प्रेम करत असाल, तर तुमच्याजवळ असलेल्या प्रत्येक गोष्टीचा त्याग करण्याची तयारी ठेवा. तरच तुम्हाला देवाच्या चरणकमलांचे दर्शन घडेल.

Shop Burnt !
House Burnt !
Goods Burnt !
But Faith not Burnt!
Starting business
Tomorrow !

पुढे काय?

एका यशस्वी व्यापाऱ्याचा फर्निचरचा व्यवसाय होता. तो एकदा सुट्टीवरून परतला, तेव्हा आपल्या अनुपस्थितीत घर व दुकानाला आग लागल्याचे त्याच्या लक्षात आले. त्याने जे काही कमावले होते, त्या सर्वांची राखरांगोळी झाली होती. त्याचे लाखो रुपयांच्या मालमत्तेचे नुकसान झाले होते.

मग त्याने काय केले? तो तक्रार करत बसला का? नाही! ज्या देवाचे आपण प्रार्थनेत स्मरण करतो, त्या देवाला दूषणे दिली का? नाही! अश्रू ढाळत बसला का? नाही!

त्याच्या चेहऱ्यावर स्मित उमटले आणि डोळे उचलून तो म्हणाला, ''देवा, मी पुढे काय करावे अशी तुझी इच्छा आहे?''

आपल्या एकेकाळच्या यशस्वी व्यवसायाच्या विखुरलेल्या तुकड्यांवर त्याने फलक लावला.

''दुकान जळाले आहे.
घर जळाले आहे.
वस्तू जळाल्या आहेत.
पण, श्रद्धा जळालेली नाही.
उद्यापासून व्यवसाय पुन्हा सुरू करत आहोत.''

तो माणून जीवनातील आह्वानांचा यशस्वीपणे सामना करण्यास शिकला होता. जीवनातील संकटे, कसोट्या आणि चढउतार यांच्याकडे योग्यरीत्या पाहायला तो शिकला होता.

नम्र असणे पवित्र आहे

जीव गोस्वामी हा संतपदाला पोहोचलेल्या रूपा आणि सनातन यांचा पुतण्या होता. ते दोघेही बुद्धिमान होते आणि बंगालच्या मुस्लिम राजाच्या दरबारात मंत्री म्हणून कार्यरत होते. श्री चैतन्य यांच्या प्रभावाखाली आल्यानंतर त्यांचे आयुष्य आमूलाग्र बदलून गेले. त्यांनी आपली संपत्ती, मंत्रिपद, सत्ता यातून निवृत्ती पत्करली आणि ते कृष्णाच्या शोधात घर सोडून भटकू लागले. ते वृन्दावनच्या पवित्र भूमीत संन्यासी म्हणून राहू लागले. ते त्यांच्या भिक्षापात्रात पडलेले अन्न दिवसातून एकदाच ग्रहण करत. ते रात्री कुठल्याशा झाडाखाली केवळ दोन तास झोपत. ते बहुतांश वेळ ध्यानधारणेत, कृष्णाचे नामस्मरण करण्यात आणि गोरगरिबांची सेवा करण्यात घालवत. त्यांनी जीव गोस्वामीला सत्य आणि मानवता हाच पवित्र आयुष्याचा पाया असल्याचे शिकवले होते. वाद व चर्चा टाळाव्यात, असे ते त्याला सांगत. वादामध्ये अभिमानाची धग असते, असे ते सांगायचे.

एके दिवशी वृन्दावनमध्ये एक पंडित आला. आपल्या विद्वत्तेचा अभिमान असलेल्या या पंडिताचे नाव रूपनारायण सरस्वती होते.

तो भारतातील अनेक प्रदेशांमध्ये फिरला होता. त्याने खुल्या वादविवादामध्ये अनेक जाणकार विद्वानांना पराभूत केले होते. त्याच्यापर्यंत रूपा व सनातन यांची महती पोहोचली, तेव्हा त्यांच्यावर विजय मिळवण्याची ईर्षा त्याच्यामध्ये जागृत झाली. त्यांच्या आवडीच्या कोणत्याही विषयावर खुली चर्चा करण्याचे आव्हान रूपनारायणने त्यांना दिले. रूपनारायणसारख्या विद्वत्तेच्या तरुण सिंहाशी चर्चा करण्यास आपण योग्य नाही, हे त्या दोघांनीही नम्रपणे सांगितले. रूपनारायणचा अभिमान

आणखीच ओसंडू लागला. ''तसे असल्यास माझ्या हातून तुमचा पराभव झाला आहे, असे एक बिनशर्त जयपत्र तुम्ही मला द्या.'' रूपनारायण त्यांना म्हणाला.

रूपा व सनातन त्यासाठी तयार झाले आणि रूपनारायणने सांगितल्यानुसार त्यांनी जयपत्र तयार करून त्याखाली आपली स्वाक्षरी केली. इतका सहज विजय मिळाल्याने आनंदित झालेल्या रूपनारायणने बढाईखोरपणे ते पत्र जीव गोस्वामीला दाखवले. आपल्या संत काका-काकींचा रूपनारायणने केलेला अपमान पाहून जीवला साहजिकच राग आला. त्याने गर्विष्ठ रूपनारायणचे आह्वान स्वीकारले आणि यमुनेच्या तीरावर त्यांच्यामध्ये वादविवाद रंगला. पहिले पाच दिवस कोणीच माघार घेतली नाही. सहाव्या दिवशी मात्र, रूपनारायणच्या पराभवाला सुरुवात झाली आणि अखेर सातव्या दिवशी त्याने पराभव मान्य केला. भक्तीने ज्ञानावर मिळवलेला तो विजय होता.

रूपनारायणचा अभिमान सरला. त्याला आपण दोन संतांशी केलेल्या चुकीच्या वर्तनाची जाणीव झाली, तसे त्याचे डोळे अश्रूंनी भरून आले. तो त्यांच्याजवळ गेला आणि त्यांच्या पायावर पडून त्याने क्षमा मागितली.

आपल्या काका-काकींचा सन्मान परत मिळवून दिल्याबद्दल जीव आनंदी होता. परंतु, त्याला उलट रूपाकडून तीव्र टीका ऐकून घ्यावी लागली. तू संन्याशाचा उपमर्द केला आहेस. रूपा जीवला म्हणाल्या. ''खऱ्या संन्याशाने अभिमान व रागावर विजय मिळवला पाहिजे. जो दुसऱ्यांचा अपमान करून आनंदी होतो त्याला वृन्दावनसारख्या देवाच्या पवित्र भूमीवर राहण्याचा अधिकार नाही. तू यापुढे येथे राहू शकणार नाहीस.''

जीवने त्यांची आज्ञा प्रमाण मानून वृन्दावन सोडले. वृन्दावनपासून थोड्या अंतरावर एका लहानश्या झोपडीत तो राहू लागला. त्याने एक वर्ष पश्चातापामध्ये अश्रू ढाळले. तो इतर कोणाशीही न बोलता स्वतःशीच बोलत असे. ''हे जीव, तू धुळीप्रमाणे नम्र कधी होशील? दगड लागल्यानंतरही फळे देणाऱ्या झाडाचा संयम आणि दातृत्व तुझ्यामध्ये कधी येईल?''

एका वर्षानंतर रूपा यांनी त्याला क्षमा करून पुन्हा वृन्दावनच्या पवित्र भूमीत पाय ठेवण्याची परवानगी दिली.

आपल्यातील माणूसकीची भावना उत्तरोत्तर वाढीस लागो. आपण देवत्वाचे लहान अंश बनूया. लहानशी दयाळू कृती, लहानसे प्रेमळ वक्तव्य, लहानशी प्रेरणा यांसारख्या लहानसहान गोष्टींमधून आपण महान कार्याचे साक्षीदार होण्यास शिकूया.

म्हातारा माणूस आणि तेलाची बुधली

एक म्हातारा माणूस होता. त्याला कोणतेच उत्पादक काम करता येत नव्हते, मात्र, एक लहानशी तेलाची बुधली सतत त्याच्याजवळ असायची. वाटेत कोणतेही करकरणारे दरवाजे वा फाटक दिसले, तर तो आपल्या बुधलीतील थोडेसे तेल त्या दरवाज्यांच्या बिजागऱ्यांवर टाकत असे. ज्या ज्या ठिकाणी जाई, तेथे तो दरवाज्यांच्या सांध्यांमध्ये तेल घालून आपल्यानंतर येणाऱ्यांसाठी ते सुकर बनवी.

लोकांनी त्याला विक्षिप्त ठरवले होते. परंतु, त्यामुळे त्याला फरक पडत नव्हता. तो बुधलीतील तेल संपल्यासंपल्या लगेच भरत असे. घट्ट झालेल्या सांध्यांना वंगण पुरवणे, जणू त्याचे कामच होते.

या माणसाने आपणा सर्वांना एक खूप मोठा धडा शिकवला आहे. आपल्या आजूबाजूला अशी अनेक करकरणारी आयुष्यं आहेत, ज्यांना देवाची भक्ती माहिती नाही. आपण अशा आयुष्यांमध्ये प्रेम, शांतता आणि आनंदाचे वंगण घातले पाहिजे. चैतन्य व मदतीचे वंगण देऊन आपण ती आयुष्य अधिक सौम्य करण्यासाठी प्रयत्न केले पाहिजे.

प्रत्येक दिवसाची सुरुवात करताना अशा कोणाचातरी शोध घ्या, ज्यांना कोमल स्पर्श हवा आहे, ज्यांना प्रोत्साहनाचा शब्द हवा आहे, ज्यांना धैर्याचा संदेश हवा आहे. तुम्ही दयाळूपणाचे तेल देऊन आपल्या आजूबाजूच्या लोकांचे आयुष्य सुखकर बनवू शकता. एखाद्या निराश मनाला समोरून मिळालेले प्रसन्न स्मितहास्यही उभारी देऊन जाते.

साधू वासवानी यांच्या या शब्दांचे मी नेहमी मनन करतो.

तुम्ही रस्त्यावर कोणाला तरी भेटलात का?
तुम्ही त्यांचा भार हलका केला का?

श्रद्धेमुळे मिळालेले तिकीट

साधू वासवानी यांनी १९१० मध्ये युरोपचा दौरा केला. या दौऱ्यामध्ये त्यांनी अनेक ठिकाणांना भेटी दिल्या आणि भारताविषयी उत्सुकता असलेल्या लोकांपर्यंत येथील ऋषी व संतांचा संदेश पोहचवला. या दौऱ्यात त्यांनी बर्लिनमध्ये वेल्ट काँग्रेस या जगभरातील विविध धर्मांच्या भरवण्यात आलेल्या परिषदेमध्येही व्याख्यान दिले. युरोपमधील विविध प्रांतांमध्ये दिलेल्या व्याख्यानांमधून त्यांनी भारतीय विचार व येथील धर्माविषयी स्वारस्य निर्माण केले. त्याचप्रमाणे अनेकांच्या हृदयांमध्ये देवाविषयीची भक्ती जागृत केली. त्यांचे युरोपमधील कार्य संपले आणि ते भारतात परतण्यासाठी निघाले. त्या वेळी त्यांच्या लक्षात आले, की परतीचे तिकीट काढण्यासाठी त्यांच्याकडे पुरेसे पैसे नाहीत. परंतु, त्यांना त्याची चिंता नव्हती. योग्यवेळी आपल्याला तिकीट मिळेल, हे त्यांना माहीत होते. भारताकडे जाणारे जहाज निघण्याच्या एक दिवस आधी त्यांना कूचबिहारच्या महाराणींनी चहापानाचे आमंत्रण दिले. त्या सुट्टी घालवण्यासाठी इंग्लंडमध्ये आल्या होत्या. वार्तालाप सुरू असताना महाराणी साधू वासवानी यांना म्हणाल्या, ‘‘मी तुम्हाला एक विनंती करू का?’’

साधू वासवानींच्या चेहऱ्यावर स्मित झळकले.

महाराणी म्हणाल्या, ‘‘तुम्ही तुमचा युरोप दौरा संपवून भारतात परतणार आहात, असे मला समजले. तुमच्या परतीच्या प्रवासाचे तिकीट काढण्याची कृपया मला परवानगी द्या.’’

साधू वासवानींना अजिबात आश्चर्य वाटले नाही. ज्या माणसाची देवावर संपूर्ण श्रद्धा असते, त्याचे आयुष्य अशा चमत्कारांनी भरलेले असते. हे खरेतर चमत्कार नाहीत. ईश्वरमाऊलीने आपल्यावर विश्वास ठेवणाऱ्या मुलांच्या गरजा ओळखून त्यांच्यासाठी केलेले हे नित्य कार्यच आहे. त्या माऊलीचे मदतीचे मार्ग किती विलक्षण! तिची कृपा असो!

Learn of me.

माझ्याकडून शिका

एक व्यापारी, एक वृद्ध गृहस्थ आणि एक लहान मुलगी यांची स्वच्छ चमकत्या पाण्याच्या एका कारंजाजवळ गाठ पडली. त्या कारंजावर लिहिले होते, 'माझ्याकडून शिका!'

व्यापारी म्हणाला, ''मी या कारंजाकडून खूप महत्त्वाचा पाठ शिकलो आहे. कारंजाची सुरुवात एका थेंबापासून होते. परंतु, तो थेंब समुद्राच्या मार्गावर निघतो, तेव्हा त्याला अनेक नाले, खाड्या येऊन मिळतात व पुढे त्याची वाहणारी नदी होते. याप्रमाणेच आपणही कामाची सुरुवात छोट्या गोष्टींपासून केली पाहिजे व पुढे त्यातून मोठे व्यवसाय उभारले पाहिजेत.''

वृद्ध गृहस्थाला या कारंजामधून शांतपणे सेवा करण्याचा संदेश मिळाल्याचे त्याने सांगितले. याप्रमाणेच आपणही मित्र व अनोखळी माणसांना मदत केली पाहिजे.

लहान मुलीला त्याच कारंजामधून शुद्धतेचा संदेश मिळाला होता. पाणी शुद्ध नसेल, तर ते कोणालाच उपयुक्त ठरत नाही. प्राणीसुद्धा अशुद्ध पाणी पीत नाहीत. आपणही या पाण्याप्रमाणेच शुद्ध आयुष्य जगले पाहिजे.

शिक्षक एकच असतो. पण, प्रत्येकजण आपली आवड व क्षमतेप्रमाणे शिकत असतो. जीवनाच्या या शाळेत ज्या दिवशी आपण नवे काही शिकलो नाही, तो दिवस वाया गेला असे समजावे.

प्रेमाचा चमत्कार

एक माणूस वाममार्गाला लागला होता. त्याची पत्नी आपले दुःख हलके करण्यासाठी दररोज साधू वासवानी यांच्या सायंकाळच्या सत्संगाला उपस्थित राहायची. तिच्या पतीचा याला प्रखर विरोध होता. एक दिवस तो साधू वासवानींकडे येऊन त्यांना म्हणाला, ''तुम्हाला माहीत आहे ना, की मी तुमचा किती द्वेष करतो!''

साधू वासवानी हे पृथ्वीतलावरील सर्वांत नम्र व सौम्य माणसांपैकी एक होते. त्यांनी प्रेमळपणे त्या माणसाच्या डोळ्यांत पाहिले आणि ते म्हणाले, ''तुला माहीत आहे ना, की मी तुझ्यावर किती प्रेम करतो!'' ...आणि या शब्दांनी चमत्कार केला. तो माणूस साधू वासवानींच्या पाया पडला आणि अश्रूभरल्या नयनांसह म्हणाला, ''हे देवदूता, मला माफ कर. मी खूप मोठे पाप केले आहे.''

त्या दिवसापासून त्या माणसाचे आयुष्य बदलले. तो रोज संध्याकाळी आपल्या पत्नी व मुलांसह सत्संगाला उपस्थित राहू लागला.

द्वेषाला द्वेषाने नव्हे, तर केवळ प्रेमानेच जिंकून घेता येते', हे गौतम बुद्धाचे शब्द किती महत्त्वाचे आहेत!

मी असण्याची गरज नाही

एका प्रसिद्ध शिल्पकाराने नवे शिल्प बनवायला घेतले. त्याने आपला प्रत्येक क्षण ते शिल्प बनवण्यात खर्च केला. त्याला जीवनात दुसरा कोणताही रस उरला नाही. त्या शिल्पाने त्याचे आयुष्य झपाटून टाकले.

अखेर ते शिल्प पूर्ण झाले. त्या शिल्पाचे सौंदर्य शब्दातीत होते. तो शिल्पकार ज्या वेळी त्या पूर्ण झालेल्या शिल्पाकडे पाहत होता, त्यावेळी ते आपणच बनवले आहे, हे तो विसरून गेला. या जगातील अन्य कोणत्याही सजीव गोष्टीपेक्षा अधिक जिवंत वाटणारे शिल्प तो पाहात होता.

ते शिल्प आपल्याशी बोलेल, या इच्छेने तो हात जोडून त्या शिल्पापुढे नतमस्तक उभा राहिला.

देव हे अनादी काळापासूनचे आश्चर्य आहे. सूर्याच्या किरणांपासून ते चंद्र, तारे, प्रत्येक अणू आणि प्रत्येक आत्म्यामध्ये हे आश्चर्य सामावलेले आहे. तो कोणत्याही मार्गाने आपल्याशी संवाद साधू शकतो. केवळ आपण कान देऊन ऐकण्याची आवश्यकता असते.

त्या शिल्पामधून शिल्पकाराला आवाज ऐकू आला, ''जर मी जिवंत व्हावे, अशी तुझी इच्छा असेल, तर तुला स्वतःचे आयुष्य संपवावे लागेल.''

''आनंदाने.'' शिल्पकाराने उत्तर दिले. 'तू जगले पाहिजेस. तू साक्षात सौंदर्य आहेस आणि तू सर्वांत प्रिय आहेस. मी तुझ्यासाठी आयुष्य देण्यास तयार आहे.''

''तर मग हा विषाचा प्याला पिऊन दाखव.'' शिल्पातून पुन्हा आवाज आला. ''त्यानंतर तू जिवंत राहणार नाहीस.''

“मी असण्याची गरजही नाही.” शिल्पकार म्हणाला आणि त्याने तो विषाचा प्याला तोंडाला लावला. लगेचच तो मरण पावला.

त्या शिल्पाने शिल्पकाराला उचलून घेतले व ते म्हणाले, “तू मेल्याशिवाय, तू जगू शकत नाहीस!”

त्यानंतर, त्या शिल्पाने आपले आयुष्य त्या शिल्पकाराला दिले. ते आयुष्य सुंदर आणि पवित्र होते आणि ते आयुष्य अखंड आणि कालातीत होते.

माझे तुझ्यावर प्रेम आहे

एकदा एका तरुणाने मला विचारले, ''तुम्ही नेहमी लोकांना देवाप्रती प्रेम व्यक्त करण्याचा उपदेश करता. त्यांनी नेहमी देवाला 'माझे तुझ्यावर प्रेम आहे', 'माझे तुझ्यावर प्रेम आहे,' हे सांगावे असे तुम्ही म्हणता. परंतु, देव हे सतत ऐकून कंटाळून जात असेल, असे तुम्हाला वाटत नाही का?''

मी त्याला म्हणालो, ''तू आज तुझ्या प्रेयसीला तुझे तिच्यावर प्रेम आहे, हे कितीवेळा सांगितलेस?''

''खूप वेळा.''

''आणि कालही तू तिला प्रेम करत असल्याचे सांगितले होतेस का?''

''हो. भरपूर वेळा.''

''आणि परवा?''

''अगणित वेळा.''

''तिला प्रत्येक वेळी तेच ते ऐकताना कंटाळा नाही का आला?''

''नाही.'' तरुण उत्तरला. ''उलट ज्या ज्या वेळी मी तिला हे सांगितले, त्या त्या वेळी ते शब्द ऐकून तिला आनंदच झाला.''

''तू स्वतःच तुझ्या प्रश्नाचे उत्तर दिले आहेस.'' मी शांतपणे म्हणालो.

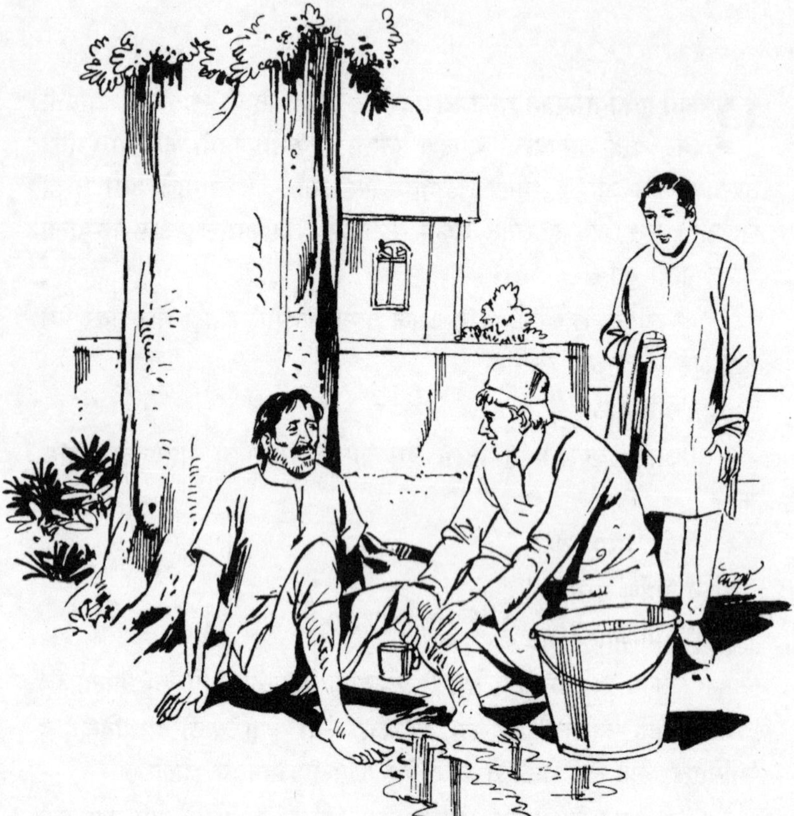

सर्वकाही कर्ज आहे

एक दिवस साधू वासवानी रस्त्याकडेने चालले होते. तेव्हा त्यांना झाडाखाली एक भिकारी झोपलेला दिसला. त्या भिकाऱ्याचे कपडे खूप ठिकाणी फाटलेले होते आणि त्याचे पाय चिखलाने माखलेले होते. साधू वासवानींनी आपल्या हातांनी त्या भिकाऱ्याला आंघोळ घातली आणि आपला शर्ट त्याला घालण्यासाठी दिला. त्या भिकाऱ्याने खुणेनेच साधू वासवानी यांच्या डोक्यावरील टोपी मागितली. वासवानी यांनी क्षणभरही विचार न करता ती टोपी भिकाऱ्याला दिली आणि ते म्हणाले, ‘‘हा शर्ट, ही टोपी आणि माझ्याकडे असलेले सर्वकाही हे मला मिळालेले कर्ज आहे. माझ्यापेक्षा ज्याची गरज अधिक असेल, अशा लोकांना देऊन टाकण्यासाठी हे कर्ज मला मिळाले आहे!’’

हे किती खरे आहे! आपल्याकडे जे काही आहे, आपला वेळ, आपले कौशल्य, आपले शिक्षण, बुद्धिमत्ता, आपला प्रभाव, आपली संपत्ती, आपल्या मालकीच्या वस्तू, आपले आरोग्य आणि आपली ताकद, आपले संपूर्ण आयुष्यच हे आपल्याला कर्ज म्हणून मिळालेले आहे. आपल्यापेक्षा ज्यांची गरज अधिक असेल, त्यांच्यापर्यंत पोहोचवण्यासाठीच हे कर्ज आपल्याला मिळाले आहे.

एक हृदयस्पर्शी कहाणी

भारतात १८६५ साली आलेल्या भीषण दुष्काळामध्ये एक गरीब मुलगा विद्यासागर यांच्याकडे एका पैशाची भीक मागू लागला.

''समजा, मी तुला एकाऐवजी चार पैसे दिले तर?'' विद्यासागर म्हणाले.

''साहेब, कशाला उगाच थट्टा करता. मला फक्त एक पैसा द्या.'' तो मुलगा उत्तरला.

''मी खरंच सांगतोय. मी तुला चार पैसे दिले, तर तू काय करशील?''

''त्यातल्या दोन पैशांनी मी अन्न विकत घेईन आणि उरलेले दोन पैसे माझ्या आईला देईन.''

''...आणि समजा मी तुला दोन आणे दिले तर?''

आता तो मुलगा निघून जाऊ लागला. विद्यासागर यांनी पाठीमागून त्याचा हात पकडून विचारले, ''सांग, तू दोन आण्यांचे काय करशील?''

त्या मुलाच्या डोळ्यांमध्ये अश्रू तरळले. ''मी चार पैशांचा तांदूळ विकत घेईन आणि उरलेले पैसे आईला देईन.'' तो म्हणाला.

''आणि मी तुला चार आणे दिले तर?''

''तर मी त्यातील दोन आण्यांचे अन्न विकत घेईन. हे अन्न मला किमान दोन दिवस पुरेल आणि उरलेल्या दोन आण्यांमधून मी आंबे विकत घेईन व ते विकून नफा मिळवेन. मग मी त्यातून आणखी आंबे खरेदी करेन आणि आणखी नफा मिळवेन. या प्रकारे मी माझ्या आणि आईच्या गरजा पूर्ण करेन.''

विद्यासागर यांनी त्या मुलाला एक रुपया दिला, तेव्हा त्याचा विश्वास बसेना. त्याला तो रुपया घेण्यास संकोच वाटत होता. मग त्याने तो रुपया उचलला आणि आनंदाने धूम ठोकली.

दोन वर्षांनी विद्यासागर एका लहानशा दुकानासमोरून जात होते. त्या वेळी एक तरुण मुलगा दुकानातून बाहेर येऊन त्यांना म्हणाला, ''साहेब, तुम्ही कृपया माझ्या दुकानात येऊन ते पवित्र कराल का? हे तुमचेच दुकान आहे.''

''पण, मी तुला ओळखत नाही.'' विद्यासागर म्हणाले.

त्या तरुणाचे डोळे भरून आले. त्याने विद्यासागर यांना दोन वर्षांपूर्वीची आठवण सांगितली. त्या वेळी त्यांनी दिलेल्या रुपयामधूनच तो तरुण आपल्या पायांवरती उभा राहिला होता. आता त्याच्या मालकीचे छोटे दुकान होते आणि तो आपल्या कुटुंबाची काळजी घेण्यासाठी पुरेसे उत्पन्न मिळवत होता. त्याचबरोबर तो गरजूंना मदतही करत होता.

मला भय का वाटेल?

एका वनस्पती शास्त्रज्ञाला एका कड्याजवळ दुर्मिळ फूल आढळले. परंतु, तिथपर्यंत पोहोचण्याचा कोणताच मार्ग नव्हता. त्यामुळे त्या शास्त्रज्ञाने आपल्या लहान मुलाच्या कंबरेला दोरखंड बांधला व त्याच्या हाताला ते फूल लागेपर्यंत त्याला खाली उतरवले.

''तुला भीती वाटली नाही का?'', अनेकांनी त्या लहान मुलाला प्रश्न केला.

''माझ्या वडिलांच्या हातात दोरखंड असताना मला भीती वाटण्याचे कारणच काय?'' तो मुलगा म्हणाला.

आपल्या सर्वांचा स्वर्गातील पिता असणाऱ्या देवापुढे जो माणूस स्वतःला समर्पित करतो, त्याच्या आयुष्यातील प्रत्येक वळणावर देव त्याची काळजी घेतो. आपल्या वडिलांच्या हातात सूत्रे असल्यामुळे काहीच चुकीचे घडणार नाही, याची त्या माणसाला खात्री असते.

प्राध्यापक महाशय वाहून गेले

एक प्राध्यापक नावेतून यमुना नदी ओलांडत होते. त्यांनी नावाड्याला विचारले, ''तू अंकगणित शिकला आहेस का?''

''नाही सर,'' नावाडी म्हणाला.

''तर मग तू एक तृतीयांश आयुष्य वाया घालवलेस...''

''आणि तू लिहायला-वाचायला शिकला आहेस का?'', प्राध्यापकांनी पुन्हा प्रश्न केला.

''नाही सर. मी कधीच शाळेत जाऊ शकलो नाही'', नावाड्याने उत्तर दिले.

''तर, मग तुझे दोन तृतीयांश आयुष्य वाया गेले आहे'', प्राध्यापक महाशयांनी शेरा मारला.

त्याचवेळी अचानक वादळी वारा वाहू लागला. काळे ढग वेगाने दाटून येऊन लागले.

नदीच्या खवळलेल्या प्रवाहात होडी हेलकावे खाऊ लागली. नावाड्याने प्राध्यापकांना विचारले, ''सर, तुम्ही पोहायला शिकला आहात का?''

''नाही.'' प्राध्यापक महाशय निराश होऊन म्हणाले.

''मग, तुमचे संपूर्ण आयुष्यच वाया जाते की काय, अशी मला भीती वाटते.''

हे वाक्य नावाड्याने उच्चारेपर्यंतच होडीमध्ये पाणी शिरले व ती बुडाली. तिच्यासोबत प्राध्यापक महाशयही बुडाले. नावाडी मात्र पोहत सुरक्षितपणे नदीकाठी येऊन पोहोचला.

सर्वप्रकारचे ज्ञान असणे उपयुक्त आहे. पण, या किनाऱ्यावरून त्या किनाऱ्यापर्यंत पोहोचता येण्याचे ज्ञान असणे, गरजेचेच आहे. या विश्वाला संसारसागर असे संबोधले जाते. या अथांग सागरात जो एका किनाऱ्यावरून दुसऱ्या किनाऱ्यापर्यंत पोहोचण्याचे कौशल्य शिकला आहे, तोच सुखी राहू शकतो.

सर्वांत आवडती बाहुली कोणती?

“माझ्याकडे खूप बाहुल्या आहेत.” घरी आलेल्या एका पाहुण्यांना लहान मुलीने सांगितले. “तुम्हाला माझ्या बाहुल्या पाहायच्या आहेत का?”

“हो तर, नक्कीच!”

ती मुलगी धावतच गेली आणि तिने आपल्या सर्व बाहुल्या आणल्या. त्यातील काही खरंच सुंदर होत्या. त्यामध्ये एक ‘बार्बी डॉल’पण होती.

“तुला यातील सर्वांत कोणती आवडते?” पाहुण्यांनी लहानगीला विचारले. ती मुलगी बार्बी डॉलचीच निवड करेल, अशी पाहुण्यांना खात्री होती.

परंतु, मुलीने उचललेली बाहुली बघून त्यांना आश्चर्याचा धक्काच बसला. तिने त्यातील सर्वांत जुनी बाहुली निवडली. त्या बाहुलीच्या गालांवर ओरखडे होते, तिचे नाक तुटले होते आणि तिला एक हातही नव्हता.

“तुला ही बाहुली कशी काय आवडते? तू बार्बी डॉलची निवड करशील, असे मला वाटले होते.” पाहुणे म्हणाले.

त्या लहानशा मुलीने उत्तर दिले, “मी जर या बाहुलीवर प्रेम केले नाही, तर कोणीच करणार नाही.”

त्या लहान मुलीने खूप मोठा धडा शिकवला आहे. जे दुर्लक्षित, वंचित आहेत, अशांवर देव प्रेम करतो. गरीब, दुःखी, कष्टी, दुर्दैवी, दुर्बल, निराधार, त्रस्त माणसांवर देव प्रेम करतो.

आपणही देवांकडून अशा माणसांवर प्रेम करायला शिकूया. आपणही देवाप्रमाणेच बनण्याचा प्रयत्न करूया.

चमत्कार अद्यापही घडतात

बॉय स्काउटचं आमचं शिबिर भर शेतात होते. त्या मध्यरात्री जोरदार किंकाळ्यांमुळे आम्हाला जाग आली. आमच्यापैकी एका विद्यार्थ्याला विंचूदंश झाला होता. त्याला असह्य वेदना होत होत्या. परंतु, आम्ही काय करू शकत होतो? तेथे ना आसपास कोणते रुग्णालय होते, ना कोणता डॉक्टर! स्काउटचे प्रमुख म्हणाले, ''आपण काहीही करू शकत नाही.''

त्याचवेळी एक लहानसा आवाज आला. ''आपण प्रार्थना तर करू शकतो.''

त्यानुसार आम्ही सर्वांनी डोळे मिटले आणि प्रार्थना केली. ''देवा, आमच्यासाठी तातडीने एक डॉक्टर पाठव.''

आम्ही डोळे उघडण्यापूर्वीच आमच्या तंबूबाहेर एक कार थांबल्याचा आवाज आला. ती डॉक्टरांची कार होती. आमच्यासाठी तातडीने डॉक्टर पाठवल्याबद्दल आम्ही देवाचे आभार मानले. डॉक्टरांनी सांगितले, की ते सुट्टीवरून परतत असताना गाडीमध्ये अचानक तांत्रिक बिघाड झाल्यामुळे त्यांना थांबावे लागले होते. त्या डॉक्टरांनी विंचूदंश झालेल्या विद्यार्थ्याला तपासले. परंतु, पेथेडिन वा मॉर्फिन ही औषधे असल्याशिवाय त्यांना उपचार करता येणार नव्हते.

पुन्हा एकदा आम्हाला असहाय्य वाटू लागले. परंतु, तो लहान आवाज पुन्हा आला. ''ज्याने आपल्यासाठी डॉक्टरांना पाठवले, तोच आपल्यासाठी औषधेही पाठवेल.''

आणि त्याचवेळी एक रुग्णवाहिका तेथून जात होती. आम्ही ती रुग्णवाहिका थांबवून त्यातून आवश्यक ती औषधे घेतली. डॉक्टरांनी

विंचूदंश झालेल्या मुलाला त्या औषधांचे इंजेक्शन देताच त्याला वेदनेतून आराम मिळाला. आम्ही प्रार्थना करण्यापूर्वीच देवाने ती ओळखली होती.

डॉक्टरांची कार योग्य वेळी तांत्रिक बिघाड होऊन बंद पडली. आपल्या प्रत्येक प्रार्थनेचे उत्तर इतक्या नाट्यमयरीत्या मिळणार नाही, परंतु, देव योग्य तीच गोष्ट करतो, हे आपण लक्षात ठेवले पाहिजे.

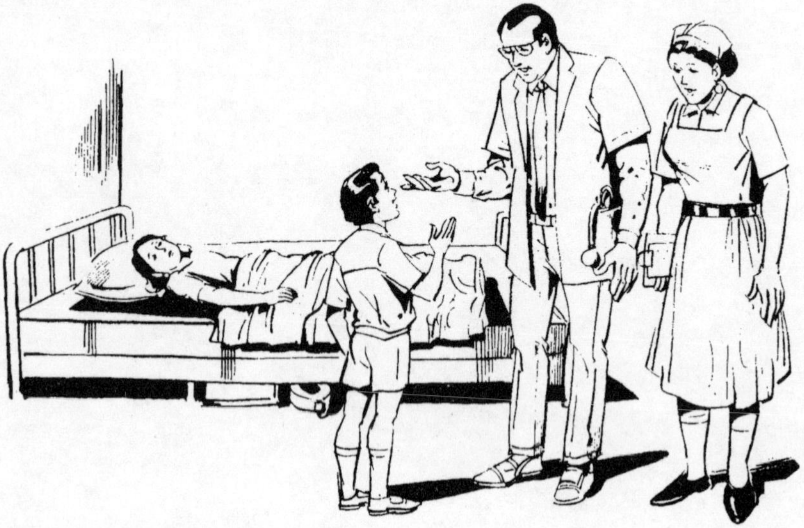

लहान मुलाचा मोठा त्याग

ज्या कालामध्ये रक्तपेढ्या फारशा माहीत नव्हत्या, त्या वेळी एका मुलीला तातडीने रक्त देण्याची आवश्यकता होती.

डॉक्टरांनी तिच्या बारा वर्षांच्या लहान भावाला तो रक्तदान करू शकेल का, असे विचारले. त्याने रक्तदान केल्यास त्याच्या बहिणीचे प्राण कदाचित वाचू शकतील, असेही डॉक्टरांनी त्याला सांगितले.

त्या मुलाने एक क्षणभर विचार केला आणि त्याचे डोळे अश्रूंनी भरून गेले. त्याचा निर्णय झाला होता. "हो. मी तयार आहे, डॉक्टर!", तो म्हणाला.

डॉक्टरांनी त्याचे रक्त बहिणीला दिल्यानंतर त्याने विचारले, "आता मला सांगा, मी कधी मरणार आहे?" त्या मुलाने निर्णय घेण्यापूर्वी एक क्षणभर विचार का केला होता, हे त्या वेळी डॉक्टरांना समजले. आपल्या आयुष्याचा त्याग करून बहिणीचे आयुष्य वाचवण्याचा निर्णय घेण्यासाठी त्या मुलाला केवळ एक क्षण लागला होता.

जो माणूस दुसऱ्यांसाठी स्वतःला समर्पित करण्यापूर्वी क्षणाचाही विचार करत नाही, त्याच माणसाची पावले देवाकडे घेऊन जाणाऱ्या मार्गावर घट्टपणे रोवलेली असतात आणि ती पावले पुढेच पडत असतात!

...आणि तारेला उत्तर आले

"**आपण मुलीच्या लग्नासाठी** पंचवीस हजार रुपये कसे उभे करणार आहोत?'' एक चिंतातुर वडील आपल्या पत्नीला विचारत होते. ते एका सरकारी कार्यालयामध्ये सहाय्यक पदावर कार्यरत होते. ते अत्यंत प्रामाणिक होते व त्यांनी कधीच लाच स्वीकारली नव्हती. त्यांच्या वेतनामधून त्यांचा दैनंदिन खर्चच जेमतेम भागत असे.

पत्नी मात्र त्यांच्या प्रश्नामुळे अस्वस्थ झाली नाही. तिने शांतपणे आपल्या पतीला उत्तर दिले, ''मी माझ्या वडिलांना तार पाठवली आहे. योग्यवेळी त्यांच्याकडून आपल्याला उत्तर मिळेल.''

तिचे बोलणे पतीला समजले नाही. कारण काही वर्षांपूर्वीच त्याच्या सासऱ्यांचे निधन झाले होते आणि त्यांनी आपल्या पश्चात मुलीसाठी कोणतीही संपत्ती ठेवली नव्हती. ''तू नक्की कोणाला तार पाठवली आहेस? तुझे वडील आता या जगात नाहीत.'' पती म्हणाला.

''अर्थात, मी माझ्या स्वर्गातील वडिलांना तार पाठवली आहे.'' पत्नी म्हणाली. ''त्यांची कोठारं नेहमी भरलेली असतात. ते योग्यवेळी आपल्याला आवश्यक पैसे पाठवतील.''

''तू इतकी वेडी असशील असं मला वाटलं नव्हतं. तुला परिस्थितीचे गांभीर्य लक्षात येत नाहीये. लग्नाची तारीख दिवसेंदिवस जवळ येऊ लागली आहे आणि आपल्याकडे पैसे नाही आहेत. आपण काय करणार आहोत?''

त्यानंतर काही दिवस गेले. पतीची चिंता वाढतच होती. तो आतून धुमसत होता, पण त्याला काहीही करणे शक्य नव्हते. एके दिवशी संध्याकाळी मात्र तो उत्साहातच घरी परतला. ''तुझ्या वडिलांना तार

मिळाली आहे आणि आज त्यांच्याकडून उत्तर आले आहे.'' त्याने पत्नीला सांगितले. आपल्या विस्मृतीत गेलेल्या एका दूरच्या नातेवाईकाने निधनावेळी आपल्या नावावर लाखो रुपये ठेवल्याचेही त्याने पुढे सांगितले.

पत्नीच्या आनंदाला पारावर उरला नाही. तिने साश्रू नयनांनी देवाचे आभार मानले आणि ती देवाची आरती गाऊ लागली.

तिच्या श्रद्धेचा विजय झाला होता. केवळ 'देव करू शकेल', असे मानणे म्हणजे श्रद्धा नाही, तर 'देव करेलच' असा विश्वास बाळगणे, म्हणजे खरी श्रद्धा होय.

द्या! द्या! आत्ता द्या!

महाभारतातील कर्ण हा दानशूर म्हणून ओळखला जायचा. दान करताना तो कधीच हात आखडता घेत नसे. तो त्याच्याकडे असलेले सर्वकाही दान करायचा आणि केलेले दान विसरून जायचा.

एके दिवशी तो विहिरीशेजारी स्नान करत असताना एक गरीब माणूस त्याच्याजवळ आला आणि त्याने कर्णाकडे मदत मागितली. त्या वेळी कर्णाच्या डाव्या हातामध्ये सोन्याची वाटी होती. त्या वाटीत अंगाला मर्दन करण्याचे तेल होते. त्याने क्षणभरही विचार न करता ती वाटी त्या गरजू माणसाला देऊन टाकली!

नंतर कोणीतरी कर्णाला विचारले, ''पुराणग्रंथांमध्ये सांगितल्यानुसार दान हे नेहमी उजव्या हाताने करायचे असते. तू डाव्या हातानेच सोन्याची वाटी कशी काय दिलीस?''

कर्णाचे उत्तर मार्मिक होते. तो म्हणाला, ''जीवन हे अनिश्चित आहे. तो कलश माझ्या डाव्या हातातून उजव्या हातात ठेवेपर्यंत काहीही घडू शकले असते.''

तुम्हाला ज्या क्षणी दान करण्याची ऊर्मी येईल, त्याच क्षणी दान करा.

मला आठवते, एका मध्यरात्री एकाने दार ठोठावून मला झोपेतून उठवले आणि माझ्याकडे गरीब व गरजूंच्या मदतीसाठी नोटांची थैली सुपूर्द केली. मी त्याला म्हटले, ''एवढी घाई का आहे? तसा तो म्हणाला, मला आता दान करण्याची इच्छा झाली होती. त्यामुळे मी थांबलो नाही. मी उद्याची सकाळ होण्याची प्रतीक्षा केली असती, आणि तोपर्यंत माझी मन:स्थिती बदलली असती, तर?''

वैज्ञानिकाचे बोल

प्राध्यापक मॉर्स यांना एका मुलाखतीदरम्यान विचारण्यात आले, ''विद्यापीठामध्ये संशोधन करत असताना तुम्हाला समोर अंधःकार दिसतो आहे आणि पुढे कोठे जायचे ते माहीत नाही, अशा प्रसंगांना सामोरे जावे लागले असेल ना?''

''नक्कीच.'' मॉर्स म्हणाले. ''असे प्रसंग बऱ्याच वेळा आले होते.''

''मग तुम्ही अशा प्रसंगांचा सामना कसा केला?''

''मी प्रकाशासाठी, अधिक प्रकाशासाठी प्रार्थना करत राहिलो.''

''तुम्ही मागितलं ते देवाकडून मिळालं का?''

''हो. मिळालं.'' प्राध्यापकांनी उत्तर दिले. ''त्यामुळेच मला नेहमी असे वाटत आले आहे की युरोप व अमेरिकेत होत असलेल्या माझ्या सन्मानाला मी पात्र नाही. हे केवळ देवाच्या मदतीमुळेच घडू शकले. देवाला मनुष्यप्राण्यांसाठी या संशोधनाची भेट द्यायची होती आणि त्याकरिता त्याला कोणालातरी निवडायचे होते. मी देवाचा आभारी आहे की त्याने माझी निवड केली व माझ्याकडून हे संशोधन पूर्ण झाले.''

टेलिग्राफच्या या निर्मात्याने त्यावरून पाठवलेला पहिलावहिला संदेश ''हे देवाने घडवलेले कार्य आहे.'', असा का होता, हे आता आपल्याला सहज समजू शकेल!

ज्यावेळी आपल्यासमोर अंधःकार पसरलेला असेल आणि कोणती वाट निवडावी, हे आपल्याला समजत नसेल, त्या वेळी देवाकडे जावे. ...आणि देवाकडून योग्य उत्तर मिळाल्यानंतर त्याचे आभार मानण्यास विसरू नये. ''देवा, हे यश माझे नसून तुझेच आहे!''

मौल्यवान अंगठी

एका देवमाणसाच्या घरी एकदा चोर शिरला. तो चोर गरीब होता. त्याला व त्याच्या कुटुंबाला गेले काही दिवस अन्न मिळाले नव्हते. ही बाब जेव्हा त्या घरातील देवमाणसाला समजली, त्या वेळी तो चोराला म्हणाला, ''त्या तिकडच्या कप्प्यामध्ये माझ्या पत्नीची मौल्यवान अंगठी आहे. तू ती घेऊन माझी पत्नी येण्यापूर्वी पळून जा. अन्यथा ती तुला पकडेल. देव तुझे भले करो.''

चोराच्या आपल्या कानांवर विश्वास बसेना. त्याने आपले डोळे चोळून त्या देवमाणसाकडे पाहिले. मग त्याने त्या कप्प्यामधून अंगठी घेतली आणि लागलीच तो पसार झाला. थोड्या वेळातच देवमाणसाची पत्नी घरी आली. तिला आपली अंगठी चोरीला गेल्याचे समजले आणि तिने आरडाओरडा सुरू केला. ती आपल्या पतीला म्हणाली, ''कोणीतरी माझी हिऱ्याची अंगठी चोरली आहे. त्या अंगठीची किंमत पंधरा हजार रुपये होती.''

''त्या अंगठीची किंमत इतकी आहे, हे मला माहीत नव्हते.'', नवरा म्हणाला आणि त्याने त्या चोरापाठोपाठ धाव घेतली. वाटेत चोराला गाठून तो म्हणाला, ''मित्रा, तू चोरलेल्या अंगठीची किंमत पंधरा हजार रुपये आहे, हे सांगण्यासाठी मी आलोय. त्यापेक्षा कमी किमतीला ती अंगठी विकू नकोस.''

हे ऐकून चोराच्या डोळ्यांमध्ये अश्रू तरळले. हा अनुभव त्याच्यासाठी सर्वथा नवीन होता. त्याने प्रेमाचा हा साक्षात्कार कधीही पाहिला, अनुभवला नव्हता. त्या एका क्षणाने त्या चोराचे आयुष्य बदलून गेले. तो एक नवाच माणूस बनला. त्याने त्या देवमाणसाच्या पायांवर

लोळण घेतली आणि तो म्हणाला, ''मला क्षमा करा आणि तुमचा सेवक म्हणून माझा स्वीकार करा.''

तो माणूस हा देवाचा खराखुरा भक्त होता. तो श्रीमंत होता आणि त्याच्याकडे सर्वांत महत्त्वाची अशी प्रेमाची श्रीमंती होती. त्याने देवाची मनापासून भक्ती केली होती. देवाची इच्छा प्रमाण मानणे म्हणजेच देवाची खरी भक्ती करणे. ...आणि देवाच्या इच्छांपैकी एक महत्त्वाची इच्छा म्हणजे, आपण आपल्याइतकेच इतर मानवांवरही प्रेम करणे, गरज भासल्यास इतरांसाठी मरण पत्करणे ही होय. अशाप्रकारे जगल्यास आपले दैनंदिन आयुष्य ही एक प्रेमकथाच बनून जाते. कल्पनेपेक्षा अधिक विलक्षण आणि प्रणयापेक्षा अधिक समृद्ध बनून जाते.

अपंगत्व कसे स्वीकारावे?

जो माणूस श्रद्धा ठेवतो, त्याच्यासाठी प्रत्येक धक्का हा आशीर्वाद असतो आणि अपंगत्व ही मदत.

जॉर्ज डब्ल्यू. कॅम्पबेल हे जन्मतः अंध होते. ते सहा वर्षांचे असताना त्यांच्या आईने त्यांना जो धडा शिकवला तो आपण सर्वांनी आत्मसात करण्याची गरज आहे.

आईने लहानग्या जॉर्जचा हात आपल्या हातात घेतला. तिने त्याच्या हातांची बोटे मोजली आणि ती म्हणाली, ''बाळा, तुझ्या दोन्ही हातांना प्रत्येकी पाच बोटे आहेत. त्याचप्रमाणे मानवांना सामान्यतः पाच ज्ञानेंद्रिये असतात. समज, तुझा अंगठा म्हणजे तुझी ऐकण्याची क्षमता आहे. मी बोलत आहे, ते तू ऐकू शकतोस. तुझी तर्जनी म्हणजे म्हणजे तुझी स्पर्श अनुभवण्याची क्षमता आहे. तू आता तुझ्या हातांना होत असलेला माझा स्पर्श अनुभवू शकतोस. तुझे मधले बोट म्हणजे तुझी चव घेण्याची क्षमता आहे. तू खातोस, त्या अन्नाच्या वेगवेगळ्या चवींमधला फरक तुला समजतो. तुझी अनामिका म्हणजे तुझी वास घेण्याची क्षमता आहे. आता माझ्या रुमालाला येणारा अत्तराचा सुगंध तू घेऊ शकतोस. तुझी करंगळी ही तुझी पाहण्याची क्षमता आहे. तू पाहू शकत नाहीस. परंतु, आयुष्यात पुढे जाताना ही बाब तुझ्या मार्गातील अडथळा बनता कामा नये.''

त्यानंतर आईने जॉर्जची करंगळी एका कापडाच्या पट्टीने त्याच्या हाताच्या तळव्याला बांधली. ती म्हणाली, ''जॉर्ज, आता तुला केवळ चार बोटे आहेत. तुझे पाचवे बोट बांधलेले आहे. आता तुझे हात वर उचल. मी तुझ्याकडे चेंडू फेकते. तो पकड. हा घे!''

जॉर्जने चेंडू पकडून दाखवला. मग त्याची आई म्हणाली, ''तुझे एक बोट बांधले असतानाही तू चेंडू पकडू शकतोस. त्याचप्रमाणे तू पाहू शकत नसलास, तरी तू खूप सुंदररीत्या आयुष्य जगू शकशील.''

आणि अपंगत्व असूनही जॉर्ज हे सुफळ व संपूर्ण आयुष्य जगले.

स्वतःला ओळखा

सॉक्रेटिसचा लौकिक हा अथेन्सच्या सीमेपलीकडे सर्वदूर पोहोचला होता. त्यामुळे या देवमाणसाचे, प्रसिद्धी व सत्तेपासून स्वतःला दूर ठेवणाऱ्या योग्याचे दर्शन घेण्यासाठी खूप दूरून लोक येत असत.

एके दिवशी फार दूरवरच्या ठिकाणाहून एकजण सॉक्रेटिसच्या घरी आला. घराचे दार खुद्द सॉक्रेटिसनेच उघडले. ''स्वागत आहे मित्रा!'', सॉक्रेटिस म्हणाला.

''मी खूप डोंगर-दऱ्या पार करून सॉक्रेटिस यांचे दर्शन घेण्यासाठी आलो आहे. मला ते कोठे भेटतील, हे तुम्ही सांगू शकाल का?''

''तू चुकीच्या माणसाकडे आला आहेस, सॉक्रेटिस म्हणाला. बंधू, मी गेली अनेक वर्षे सॉक्रेटिसला शोधतो आहे. परंतु, अद्याप तो मला सापडू शकलेला नाही.''

''काय? खूप वर्षे शोधल्यानंतरही तुम्हाला सॉक्रेटिस सापडलेला नाही? तुम्ही येथील रहिवासी नाही आहात का?''

''मी येथेच जन्मलो. माझे संपूर्ण आयुष्य मी येथेच जगलो आहे. दिवस-रात्र मी सॉक्रेटिसचा शोध घेत असतो. पण, तो अद्याप मला चकवा देत आहे.''

''मग, मला तो भेटण्याची शक्यताच नाही'', आलेला माणूस निराश होऊन म्हणाला. ''त्यापेक्षा मी डोंगरापलीकडे असलेल्या माझ्या देशात परत जातो.''

स्वतःला, खऱ्या आणि वास्तव स्वतःला शोधणे ही निःसंशय खूप कठीण बाब आहे.

सुकाणू बाबांच्या हाती आहे का?

एक जहाज समुद्रातून प्रवास करत असताना एका रात्री अचानक वादळामध्ये सापडले. खवळलेल्या लाटांमध्ये जहाज भेलकांडत होते. त्यामुळे प्रवाशांना जाग आली. काही प्रवाशी वादळामुळे अस्वस्थ झाले, काही खूप घाबरले. काहींनी आक्रोश सुरू केला, तर काहीजण देवाचा धावा करू लागले.

त्या जहाजाच्या कप्तानाची आठ वर्षांची मुलगीही त्याच जहाजामधून प्रवास करत होती. आजूबाजूला चाललेल्या गोंगाटामुळे तिला जाग आली. तिने आईला विचारले, ''आई, काय झालं ग?''

आईने जहाज वादळात अडकल्याची माहिती तिला दिली.

''सुकाणू बाबांच्या हाती आहे का?'', घाबरलेल्या मुलीने पुन्हा विचारले.

''हो. बाबांच्याच हाती सुकाणू आहे'', आईने उत्तर दिले.

हे ऐकून ती मुलगी पुन्हा पलंगावर आडवी झाली आणि काही मिनिटांमध्येच गाढ झोपी गेली. जहाज अद्यापही वादळात हेलकावे खातच होते. मात्र, मुलीला आता भीती वाटत नव्हती कारण सुकाणू तिच्या बाबांच्या हाती होते.

आपल्या आयुष्याचे सुकाणूही सदैव आपल्या स्वर्गातील पित्याच्या हाती असतात. वादळे येवोत वा विजा कडाडोत, तो आपले आयुष्य नियंत्रित करत असतो. त्यामुळे आपण चिंता किंवा भीती बाळगण्याची आवश्यकता नाही. आपण त्याच्यावर विश्वास ठेवला, तर तो वादळाच्या खवळलेल्या लाटा शांत करतो, अथवा आपल्या मनाला शांती देतो.

आयुष्याच्या मार्गावरून जात असताना आपल्याला वादळी व

शांत, बेफाम व सौम्य अशा विविध प्रकारच्या हवामानाचा सामना करावा लागतो. काहीवेळा आपल्याला आयुष्यात अडचणी, संकटे, अपमान, आजार, मृत्यू इत्यादींना सामोरे जावे लागते. बऱ्याचदा आपल्याला भीतीही वाटते. परंतु, आपल्याला येणारे अनुभव हेतुपुरस्सर असतात, हे आपण विसरता कामा नये. ते अनुभव आपल्याला देवाकडे जाण्याचा, प्रत्येक गोष्टीसाठी देवावर अवलंबून राहण्याचा धडा शिकवतात. ''देवा, माझे सुकाणू तुझ्या हाती आहे. त्यामुळे मला घाबरायचं कारणच नाही. तुझ्या लेकरांची काळजी तू घेशीलच!''

संपूर्ण समर्पण

भक्तीमध्ये रममाण झालेला एक कृष्णभक्त शहरातील रस्त्यांवरून चालत होता. देवाची भजनं गाण्यात तो इतका तल्लीन होता की त्याच्या मार्गावर पुढे काय आहे, हे त्याने पाहिले नाही आणि धोब्यांनी धुवून गवतावर वाळत टाकलेल्या स्वच्छ कपड्यांवर त्याचा पाय पडला.

साहजिकच धोब्यांना त्याचा राग आला. ते काठ्या घेऊन त्याला मारण्यासाठी धावले. ते पाहून तो भक्त कृष्णाचा धावा करू लागला. 'कृष्णा, मला वाचव!'

आपल्या भक्ताची हाक ऐकून कृष्ण धावतच आला. भक्ताजवळ पोहोचणार तोच त्याला दिसले, की भक्ताने धोब्यांचा सामना करण्यासाठी जमिनीवरील दगड उचलला आहे. कृष्ण म्हणाला, ''आपण आपलं रक्षण करू शकतो असं जर त्याला वाटत असेल, तर करू दे त्याला.''

आणि कृष्ण शांतपणे स्वस्थळी परतला.

खरा भक्त

धू-अल-नन हे त्यांच्या काळातील महान सुफी संत म्हणून ओळखले जायचे. त्यांना 'कुताब' म्हणजे संतांचे प्रमुख ही उपाधी मिळाली होती आणि त्यांच्याकडे चमत्कार करण्याची शक्ती होती. एकदा त्यांच्या एका मित्राने त्यांना पत्र लिहिले, ''मी सध्या आजारामुळे अंथरुणाला खिळलो आहे. मी या आजारातून आणि असह्य वेदनेतून मुक्त व्हावे, यासाठी तू देवाला प्रार्थना करावीस, अशी माझी विनंती आहे.''

धू-अल-नन यांनी त्याला उत्तर दिले, ''प्रिय बंधो, तू काय मागतो आहेस, याची तुला कल्पना नाही. देवाची तुझ्यावरील कृपा काढून घेण्यासाठी मी प्रार्थना कशी बरे करू शकेन?''

''यातनांचा बुरखा पांघरूनच देव आपल्याला आशीर्वाद देण्यासाठी येतो. तो आपले आयुष्य सुंदर बनवतो आणि आपल्याला सर्वांत महत्त्वाची अशी आत्म्याची भेट घडवतो.''

''त्यामुळे आजारपण हे नित्य सोबती असावे, अशी प्रार्थना सुफी करतात आणि दुर्दैवाचा सुफींना आनंद वाटतो. जनतेकडून मिळालेला नकार किंवा झालेल्या अपमानाचे सुफी मुक्तहस्ते स्वागत करतात.''

''कारण, या सर्व गोष्टी आपल्याला आत्म्याच्या शुद्धिकरणाकडे घेऊन जातात.''

''म्हणून मित्रा, तू केलेल्या मागणीबद्दल तुला शरम वाटावी, अशीच प्रार्थना मी देवाकडे करेन.''

''आणि यापुढील प्रत्येक दुःख व वेदनेसाठी तू देवाकडे तक्रार न करता त्याचे आभार मानावेस, असे मागणे मी मागेन.''

''देवाचा खरा भक्त हा स्वतःला देवावर सोपवून मोकळा होतो. कारण करूणा आणि प्रेम ही देवाचीच नावे असून त्याच्या हाती आपण सुरक्षित आहोत, असा भक्ताला विश्वास असतो.

बुद्ध आणि तरुण-तरुणी

उरुवेलाजवळील वनांमध्ये एकदा काही तरुण तरुणींची मेजवानी रंगली होती. तो वसंत ऋतू होता. शेते व बागा हिवाळ्याच्या निद्रेतून जाग्या झाल्या होत्या आणि नव्याने पालवी फुटलेल्या पानांसह व सुवासिक फुलांसह त्यांनी सूर्याचे स्वागत केले होते. धरतीवर गवताने हिरवा शालू पांघरला होता.

तरुण व तरुणींचा सुट्टीचा जल्लोष सुरू होता. ते नाचत होते, खेळत होते, एकमेकांची गंमत करत होते. काही काळानंतर ते थकून झोपी गेले. जेव्हा त्यांना जाग आली, तेव्हा त्यांचे सर्व सामान चोरीला गेलेले होते.

ते सर्वत्र चोराचा शोध घेऊ लागले. त्यांनी ठिकठिकाणी शोधून पाहिले, पण त्यांना यश आले नाही. काही अंतरावरून त्यांना एक वृक्ष दिसला. त्या वृक्षाखाली भगवान बुद्ध बसले होते. त्यांचा चेहरा वितळलेल्या सुवर्णाप्रमाणे तेजाने चमकत होता. ते सर्व बुद्धाजवळ आले आणि आदराने वाकून म्हणाले, ''गुरुवर्य, आम्ही चोराच्या शोधात आहोत. त्याने आमच्या सर्व वस्तू चोरल्या आहेत. तुम्ही याविषयी आम्हाला काही माहिती देऊ शकता का?''

बुद्ध म्हणाले, ''तुम्ही चोराच्या शोधात बाहेर पडला आहात. पण मुलांनो, तुम्ही स्वतःच्या शोधासाठी कधी निघणार?''

बुद्धाच्या या शब्दांमध्ये कोणती चुंबकीय शक्ती होती कोणास ठाऊक, पण ते तरुण-तरुणी कमालीचे प्रभावित झाले. ''खरोखर आम्ही स्वतःच्या शोधात निघालो, तर फार बरे होईल.''

बुद्धांनी त्या सर्वांच्या डोळ्यांमध्ये पाहिले, त्यांच्या मनाची खोली बुद्धांना दिसली. बुद्ध म्हणाले, ''या आणि यापुढील विश्वाच्या

आनंदासाठी तुम्ही तुमच्या भावनांवर विजय मिळवा. तुमच्या वासनेवर मात करा आणि अभिमानाच्या पाशातून मुक्त व्हा. तरच तुम्हाला खरे ज्ञान प्राप्त होईल. असे ज्ञान जे कोणताही आडपडदा न ठेवता तुम्ही खरे कोण आहात याचे दर्शन तुम्हाला घडवेल.''

बुद्धांचे हे शब्द ऐकून त्या सर्वांची मने उडणाऱ्या पक्ष्यांप्रमाणे मुक्तपणे विहरू लागली. ते म्हणाले, ''गुरुवर्य, आम्ही तुमचे अनुयायी बनलो आहोत. कृपया आमचा आणि आमच्या सेवेचा स्वीकार करा आणि तुमच्या चरणकमलांजवळ राहण्याची परवानगी आम्हाला द्या.''

तिसरा अल्ला आहे

प्रेषित महंमद यांच्या जीवाला धोका आहे. रात्रीच्या अंधारात काही लोक त्यांना मारण्यासाठी येत असल्याची माहिती त्यांना मिळाली आहे.

रात्र गडद आहे. महंमद यांनी आपले घर आणि जन्मगाव सोडले आहे, त्यांच्यासोबत त्यांचा विश्वासू मित्र व अनुयायी अबु बकर आहे.

देवाच्या या दोघा निस्सीम भक्तांना मारण्यासाठी गारद्यांची टोळी त्यांचा सर्वत्र शोध घेत आहे. ते संख्येने खूप आहेत. ते घोड्यांवरून येत आहेत आणि त्यांच्या हातामध्ये नंग्या तलवारी व धारदार शस्त्रे आहेत. अबु बकर दूरवरून त्यांना पाहातो व तो अस्वस्थपणे घाबरून महंमदना म्हणतो, ''ते येताहेत. थोड्याच वेळात ते धारदार तलवारींनी आपल्याला मारून टाकतील. त्यानंतर आपले मृतदेह रानटी श्वापदांना खाण्यासाठी वाळवंटात फेकले जातील.''

महंमद शांत आहेत. ते एक शब्दही बोलत नाहीत. देव आपल्यासोबत आहे, त्यामुळे आपल्यावर कोणतेही संकट येणार नाही, यावर त्यांचा मनापासून विश्वास आहे. जवळच एक गुहा आहे. महंमद आणि अबु बकर त्या गुहेमध्ये जाऊन लपतात. थोड्याच वेळात गारद्यांची टोळी त्या गुहेच्या तोंडापाशी येते. त्या टोळीच्या म्होरक्याला महंमद गुहेत लपले असल्याचा संशय येतो. अबु बकर भीतीने थरथरत आहे. तो महंमदच्या कानात कुजबुजतो, ''आता आपण काय करणार आहोत? आपण दोघेच आहोत आणि ते खूप सारे आहेत!''

त्यावर महंमद यांनी शांतपणे उत्तर दिले, ''आपण दोघे नाही आहोत, मित्रा. आपण तिघे आहोत. आपल्यासोबत असणारा तिसरा

अल्ला आहे. तो आपल्या जवळच आहे. त्यामुळे आपल्याला घाबरायची गरज नाही.''

आणि खरंच एक चमत्कार घडतो. महंमद व अबु बकर आत शिरल्यानंतर आणि गारद्यांची टोळी आत येण्यापूर्वी एक मोठा कोळी गुहेच्या तोंडाशी जाळे विणतो. ते जाळे पाहून टोळीतील काहीजण म्हणतात, ''महंमद या गुहेत लपणे शक्य नाही. या गुहेच्या प्रवेशाजवळ एवढ मोठे जाळे दिसत नाही आहे का? जर कोणी आतमध्ये प्रवेश केला असता, तर ते जाळे फाटले असते. आपला मौल्यवान वेळ आपण येथे वाया घालवायला नको. चला दुसरीकडे शोधूया.'' आणि महंमद यांचे प्राण वाचतात.

तो फक्त शर्ट आहे

एकदा वडील आपल्या चार वर्षांच्या मुलाला जत्रेमध्ये घेऊन गेले. त्या मुलाने जत्रेसाठी आपल्याकडील सर्वोत्तम शर्ट परिधान केला होता व तो त्या शर्टला फार जपत होता. अचानक एक सायकलस्वार येऊन त्या मुलाला धडकला. त्यामुळे मुलगा धडपडला व त्याच्या कोपराला खरचटले. वडिलांनी रडणाऱ्या मुलाला लागलीच उचलले, त्याला आपल्या हातांमध्ये घेतले आणि रुमालाने त्याची जखम बांधली.

तरीही मुलाचे रडणे कमी होत नव्हते. वडील त्याला म्हणाले, ''रडू नको. तू शहाणा मुलगा आहेस ना, तुझ्या कोपराला फारसे लागलेलेही नाही. लवकरच ही जखम बरी होईल.''

मुलगा म्हणाला, ''बाबा, मी कोपराला झालेल्या दुखापतीमुळे रडत नाहीये. माझा शर्ट फाटल्यामुळे मी रडतोय. कोपराची दुखापत तर बरी होईल, पण माझा शर्ट कधीच पूर्वीसारखा होणार नाही.''

''ही तर चांगली गोष्ट आहे ना!'', वडील समजावणीच्या सुरात म्हणाले. ''समजा तुझे कोपरच पूर्वीसारखे होऊ शकले नसते, तर?''

मुलाला नवी दृष्टी मिळाली. ''हो. खरं आहे'', तो म्हणाला. ''माझे कोपर हे शर्टासारखे असते, तर ते कधीही बरे होऊ शकले नसते. देवाने आपल्या सर्वांना विशिष्ट पद्धतीने बनवले आहे.'' आणि अश्रू ओघळणाऱ्या त्याच्या चेहऱ्यावर पुन्हा हसू उमलले.

देवाने आपल्या सर्वांना विशिष्ट पद्धतीने बनवले आहे, याची आपण सदैव स्वतःला आठवण करून द्यायला हवी. भौतिक वस्तूंची तुलना दैवी गोष्टींशी होऊ शकत नाही. आयुष्य ही दैवी गोष्ट आहे. बाकी सर्व भौतिक गोष्टी क्षणभंगुर आहेत. आपल्या पवित्र आयुष्याची किंमत ओळखण्याऐवजी आपण या भौतिक गोष्टींमध्येच अधिक गुंतलो आहोत का?

भिक्खूला मिळालेली शिकवण

बुद्धावरील प्रेमामुळे एका प्रतिष्ठित घरातील मुलाने भिक्खू होण्याचा निर्णय घेतला. त्याने आपली सर्व संपत्ती व ऐषोआरामाचा त्याग केला आणि भिक्खूचे खडतर आयुष्य स्वीकारले. तो जमिनीवर झोपू लागला. त्याच्या वाडग्यात जी भिक्षा पडेल, तेच अन्न तो खाऊ लागला.

एके दिवशी त्याचे शरीर संधिवातामुळे दुखू लागले. सुरुवातीला त्याने त्याकडे फारसे लक्ष दिले नाही. परंतु, काही दिवसांनंतरही त्याच्या वेदना कायम होत्या. तो धड चालूही शकत नव्हता. त्याला योग्यरीत्या ध्यानधारणाही करता येईना. त्याची अवस्था दयनीय झाली. तो आयुष्यातील आनंद गमावून बसला. त्याने कितीही प्रयत्न केले, तरी त्याला आयुष्यात पुन्हा शांती मिळत नव्हती. त्याचे मन चंचल झाले. तो सतत थकला-भागलेला दिसू लागला.

एके दिवशी तो भिक्षेसाठी बाहेर पडला होता. त्यावेळी त्याला एक लहान मुलगी आपल्या मित्रमैत्रिणींसोबत खेळताना दिसली. ती अपंग होती. तिला एक पाय नव्हता आणि ती कुबड्यांच्या सहाय्याने चालत होती. तरीही समुद्रात उसळणाऱ्या एका लाटेप्रमाणे ती आनंदी होती. ती इतर मुलामुलींसोबत हसत, खिदळत होती.

तिला पाहून त्या भिक्खूला स्वतःची शरम वाटली. तो स्वतःशीच चरफडला, ''ही लहान मुलगी केवळ एक पाय असूनही इतकी आनंदी व स्वच्छंदी राहू शकते आणि मी बुद्धाचा अनुयायी असूनही छोट्याशा वेदनेमुळे निराश झालो आहे!'' तिथून परतताना तो एक नवा माणूस बनला होता. आता त्याला वेदनेची फिकीर नव्हती. तो मुक्त होता!

तू मला सांगायचेस तरी...

संत एकनाथ हे संयमाचे मूर्तिमंत उदाहरण होते, असे म्हणतात. कोणताही प्रसंग आला, तरी ते आपला संयम ढळू देत नसत.

गावातील अनेक जणांना एकनाथांविषयी मत्सर वाटत होता. संत एकनाथांचे पायही मातीचेच आहेत, हे दाखवण्यासाठी ते नेहमी उत्सुक असत. त्यासाठी त्यांनी एका माणसाची नेमणूक केली. संत एकनाथ रागावल्यास त्याला मोठे बक्षीस देण्याचे आश्वासन दिले.

रोज पहाटे पूजापाठ करण्यापूर्वी एकनाथ नदीवर स्नानासाठी जायचे. एकेदिवशी ते पवित्र नदीत स्नान करून आपल्या कुटीत परतत असताना, त्यांना त्रास देण्यासाठी नेमलेला माणूस त्यांच्यावर थुंकला.

संत शांतपणे पुन्हा नदीवर गेले आणि त्यांनी पुन्हा डुबकी घेतली. ते पुन्हा घराकडे जाऊ लागले, तो माणूस परत त्यांच्यावर थुंकला. संत पुन्हा नदीकडे वळले. हाच घटनाक्रम तिसऱ्या, चौथ्या व पाचव्या वेळीही घडला. परंतु, संतांनी आपला संयम ढळू दिला नाही. जराही अस्वस्थ न होता ते पुनःपुन्हा नदीमध्ये डुबकी घेत राहिले.

ना तो माणूस आपल्या कृत्याने थकला, ना संत एकनाथ. त्या माणसाच्या मनात मोठ्या बक्षीसाचे अमिष होते. त्यामुळे प्रत्येक वेळी संत नदीतून बाहेर आल्यानंतर तो त्यांच्यावर थुंकायचा. त्यांचा संयम कधीतरी ढळेल व ते रागावतील, अशी त्याला आशा होती.

हा प्रकार १०७ वेळा सुरू राहिला. संत एकनाथ ज्यावेळी १०८ व्यांदा नदीमध्ये डुबकी मारून आपल्या घरी जाऊ लागले, तेव्हा मात्र त्या माणसाचे मन भरून आले. तो संतांच्या पाया पडला व त्याने आर्जवे सुरू केली. ''मला क्षमा करा. मी तुमच्याकडे क्षमेची भीक

मागतो. मी खूप मोठे पाप केले आहे. मला काही श्रीमंत माणसांनी सांगितले होते, की तुम्हाला राग आणण्यात मी यशस्वी ठरलो, तर ते मला मोठे बक्षीस देतील. त्या बक्षीसाच्या अमिषानेच मी इतका हीन वागलो. मला कृपया क्षमा करा.''

संत चेहऱ्यावरील स्मितहास्य कायम ठेवून म्हणाले, ''तुला क्षमा करण्यासारखे काय घडले आहे? उलट आज तुझ्यामुळे आयुष्यात प्रथमच मला पवित्र नदीमध्ये १०८ वेळा स्नान करण्याचा योग घडून आला. आणि तू मला सांगितले असतेस की मी चिडल्यामुळे तुला मोठे बक्षीस मिळणार आहे, तर मी निश्चितच भयंकर चिडल्याचे सोंग केले असते.''

सूज्ञ वाद घालत नाहीत

महाभारतामध्ये कुरुक्षेत्रावरील युद्ध संपले, तोपर्यंत अर्जुनाच्या मनामध्ये गर्व निर्माण झाला होता. आपण महान असल्यामुळेच कृष्णाने आपले सारथ्य पत्करले, असा अर्जुनाचा समज झाला.

रथाचा मालक म्हणून आपण कृष्णानंतरच रथातून उतरले पाहिजे, असे अर्जुनाला वाटले. त्याने कृष्णाला रथातून उतरण्यास सांगितले. मात्र, कृष्ण रथामध्ये थांबण्याविषयी ठाम होता.

अखेर अर्जुनालाच माघार घ्यावी लागली. आपला अभिमान गिळून तो अनिच्छेनेच रथातून पायउतार झाला. त्यानंतर कृष्णाने रथाबाहेर पाय ठेवला. कृष्ण बाहेर पडताच रथाने पेट घेतला.

अर्जुनाला आपल्या चुकीची जाणीव झाली. युद्धामध्ये लागलेले बाण व अस्त्रे रथामध्ये अडकली होती. मात्र, कृष्ण रथात असेपर्यंत ही सर्व अस्त्रे प्रभावहीन होती. कृष्ण उतरल्यानंतर त्यांचा नैसर्गिक प्रभाव जाणवू लागला व त्यामुळे रथ जळून खाक झाला.

देव जे काही करतो, त्यामागे त्याची कृपादृष्टी असते. आपण त्याबाबत प्रश्न विचारू नये किंवा त्यावर वादही घालू नये. आपण, केवळ त्याच्या आज्ञांचे पालन करावे, त्याची इच्छा स्वीकारावी आणि त्यात आनंद मानावा.

नैराश्य झटकून टाका

अनेक वर्षांपूर्वी मी आयुष्यात घडलेल्या काही घटनांमुळे विचलित झालो होतो. मी सदैव खिन्न असायचो. मी दुःखी आणि निराश होतो.

तशा अवस्थेतच मी माझ्या गुरुंना (साधू वासवानी) भेटलो. त्यांनी केवळ एकदा माझ्या त्रासिक चेहऱ्यावर नजर टाकली आणि पुन्हा वळून माझ्याकडे पाहिलेही नाही. ते माझ्याशी एकही सांत्वनपर शब्द बोलले नाहीत. त्यांनी माझ्याकडे पाहूनही न पाहिल्यासारखे केले. त्यानंतर पुढील चार ते पाच दिवस ते मला भेटले नाहीत. आम्ही एकाच छताखाली राहात होतो. परंतु, माझे त्यांच्यावर प्रेम असूनही मला त्यांना भेटण्याची परवानगी नव्हती.

मला त्यावेळी हा त्यांचा अलिप्तभाव वाटला होता. परंतु, त्यामागील कारण मात्र मला समजत नव्हते. मग आपल्या प्रत्येकामध्येच असतो अशा 'आजोबांचा' आवाज माझ्या कानाशी पुटपुटला, "गुरूजींचे तुझ्यावर किती प्रेम आहे हे आतातरी तुला समजले का?"

गुरूजींच्या उपस्थितीत दाखल होण्यासाठी मी चांगल्या मन:स्थितीत असणे गरजेचे आहे, याची जाणीव होण्यासाठी मला पाच दिवस लागले. चेहऱ्यावर खोटे हसू चढवून मी त्यांच्याकडे, त्यांचे आशीर्वाद मागण्यासाठी गेलो. ते नेहमीइतकेच प्रेमळ होते. त्यांनी मला प्रेमाने आलिंगन दिले, त्या वेळी माझ्या डोळ्यांतून ओघळणारे अश्रू मी थांबवू शकलो नाही. त्यांनी माझ्याशी काहीच घडले नसल्याप्रमाणे सौहार्दपूर्ण संवाद साधला. त्यांच्यासमोर निराश चेहऱ्याने जाऊन मी किती मोठी चूक केली होती, याची जाणीव मला तेव्हा झाली.

संत फ्रान्सिस यांच्याबाबत असे म्हटले जाते की त्यांना दैनंदिन जीवनात कितीही दुःख सहन करावे लागले, तरी ते ओठांवरील स्मित कधी ढळू देत नसत. ते नैराश्यापासून मुक्त होते. ते नेहमी उत्साही असायचे. शांति आणि विनोद त्यांनी सदैव जपला होता. आपल्या बांधवांना शिस्तीचे नियम आखून देताना ते सांगायचे, ''तुम्ही इतरांसमोर वावरताना तुमचे वर्तन नैराश्यग्रस्त, ढोंगी माणसासारखे नसेल, याची काळजी घ्या. तुम्ही सदैव प्रसन्नपणे वावरले पाहिजे.''

संत फ्रान्सिस यांचा शांत, गोड आणि प्रसन्न चेहरा मला आयुष्यात नेहमीच प्रेरणादायी ठरला आहे. मी ध्यानधारणा करताना पुनःपुन्हा त्यांचा चेहरा डोळ्यासमोर आणतो. मला त्यांचा एक उपदेश फारवेळा आठवतो. ''निराश होणे हे सैतानाचे लक्षण आहे. आपण नेहमी आनंदी आणि देवाच्या भक्तीत रममाण राहिले पाहिजे.'' संत फ्रान्सिस हे अध्यात्मिक आनंदाच्या जनकांपैकी एक होते. ते कधीच दुःखी व नैराश्यग्रस्त नसत. दुःखाचा कडेलोट होण्याच्या प्रसंगावेळीही ते त्यांच्या आवडत्या येशूचे स्मरण करण्यात रमून जात.

संत फ्रान्सिस यांच्याबाबत असे सांगितले जाते की ते एक दिवस दुःखी चेहरा असलेल्या एका अनुयायाला भेटले. संतांनी लागलीच त्याची कानउघाडणी केली, ''तुला इतके दुःख प्रदर्शन करण्यास काय झाले? तुझे दुःख तुझ्या आणि देवापुरते सीमित ठेव. मात्र, माझ्या आणि इतरांसमोर वावरताना तू आनंदी असला पाहिजेस. लक्षात ठेव, देवाच्या कोणत्याही भक्ताने आपल्या बांधवांपुढे दुःखी चेहरा करणे शोभत नाही.''

मुलापासून सुरुवात करा

एक उद्योजक एके दिवशी संध्याकाळी आपल्या घरी परतला. आरामखुर्चीत बसून त्याने वृत्तपत्र वाचण्यास सुरुवात केली. मात्र, त्याचा पाच वर्षे वयाचा मुलगा त्याच्या वाचनात पुनःपुन्हा व्यत्यय आणत होता. मुलाला व्यस्त ठेवण्यासाठी उद्योजकाने त्या वृत्तपत्रातील जगाचा नकाशा असलेली एक जाहिरात बाजूला काढली. त्या कागदाचे लहान तुकडे केले आणि ते तुकडे मुलाला देऊन तो म्हणाला, ''जा, हे कपटे जोडून तू पुन्हा जगाचा नकाशा बनवू शकलास, तर मी तुला चॉकलेटचा डब्बा बक्षीस देईन.''

आपल्या मुलाला भूगोलाचे काही ज्ञान नाही. त्यामुळे त्याला जगाचा नकाशा बनवता येणार नाही, अशी वडिलांची खात्री होती. मात्र, काही मिनिटांतच मुलाने वडिलांना जगाचा नकाशा बनवून दाखवला.

वडिलांना धक्काच बसला. त्यांनी विचारले, ''तू हे कसे केलेस?''

मुलाने उत्तर दिले, ''बाबा, या जगाच्या नकाशाच्या पाठीमागच्या बाजूला एका मुलाच्या चेहऱ्याचे चित्र होते. मी केवळ ते चित्र योग्यरीत्या जोडत गेलो आणि जगाचा नकाशा आपोआप अचूक तयार झाला.''

जर आपल्याला जगाची घडी अचूक बसवायची असेल, तर आपल्याला प्रथम मुलांकडे लक्ष द्यावे लागेल. जर हे जग युद्ध, द्वेष आणि परस्परांतील वादांपासून मुक्त हवे असेल, तर त्याची सुरुवात मुलांपासून करणे आवश्यक आहे.